NKRN
9/23

மாவீரன்

நெப்போலியன்

காதலும் வீரமும் கலந்த ஒரு வரலாற்று
நாயகனின் முழுமையான வாழ்க்கைக் கதை

ஆதனூர் சோழன்

இது ஒரு
நக்கீரன்
வெளியீடு

மாவீரன் நெப்போலியன்

ஆதனூர் சோழன்

பதிப்பு 2021
பக்கங்கள் 232
நூலின் அளவு (14X21.5) டெமி
விலை ரூ. 225/-

வெளியீடு
நக்கீரன் பப்ளிகேஷன்ஸ்
105, ஜானி ஜான்கான் சாலை
இராயப்பேட்டை
சென்னை 14
செல்: 044- 4399 3000

அட்டை வடிவமைப்பு
ஆர்.சி. மதிராஜ்

கட்டமைப்பு அச்சாக்கம்
சாருபிரபா பிரிண்டர்ஸ் & பைண்டர்ஸ்
சென்னை 14

Maveeran Napoleon

Athanur chozhan

Edition 2021
Pages 232
Book Size (14X21.5) Demy
Price Rs. 225/-

Published by
Nakkheeran Publications
105, Jani Jahankhan Road
Royapettah, Chennai 14
Ph 044- 4399 3000

Wrapper Designed by
R.C. Mathiraj

Structural printing
Saaruprabha Printers & Binders
Chennai 14

ISBN: 978-93-81020-50-7

பதிப்புரை

மாவீரன் நெப்போலியனுக்குள் இருந்த காதலன் நெப்போலியன் மிகவும் ரசிக்கத்தக்கவன். தொடக்கத்தில் காதல் பைத்தியமாக இருந்த நெப்போலியன், பிறகு எப்படி தெளிவாகிறான் என்பதே சுவாரசியமான கதை.

அது, நம்மை அவன்மீது இரக்கப்பட வைக்கும். பிறகு அவனைத் தலையில் தூக்கிவைத்துக் கொஞ்சவைக்கும்

பிரிட்டன், பிரஷ்யா, ரஷ்யா, ஆஸ்திரியா ஆகிய நான்கு பேரரசுகளின் ராணுவத்தை வாட்டர்லூ என்ற இடத்தில் ஒருசேர சந்தித்தான்.

அப்போதும் கூட, அவன் கவுரவமாகவே தோற்றான்.

தான் நேசித்த மக்களுக்காக தோற்பது, தலைவனுக்கு கவுரவமானதுதானே!

- பதிப்புரை

ஊக்கம் உயர்வு தரும்

தன்னம்பிக்கை...

விடா முயற்சி...

வாய்ப்பை பற்றிக் கொள்ளும் புத்திகூர்மை...

இவை மூன்றும் இருந்தால் எவ்வளவு உயரத்திற்கும் செல்ல முடியும் என்பதற்கு மாவீரன் நெப்போலியனின் வாழ்க்கை மிகச் சிறந்த உதாரணம்.

அவனுடைய தாய்மண்... பிரான்ஸிடம் அடிமையான மூன்று மாதங்கள் கழித்து அவன் பிறந்தான்.

அடிமைப் படுத்திய தேசத்தின் நிதியுதவியிலேயே படித்தான். அந்த நாட்டு ராணுவத்திலேயே வேலைக்கும் சேர்ந்தான்.

எப்போதும் தனது தாய்மண்ணின் விடுதலை குறித்தே சிந்தித்தான். உலக சரித்திரத்தின் அத்தனை பக்கங்களையும் சின்ன வயதிலிருந்தே படித்தான். சரித்திர நாயகர்கள், சாதனையாளர்களின் கதைகளை கரைத்துக் குடித்தான்.

கணிதம், அறிவியல், கலை, கலாச்சாரம் என அத்தனை துறைகளிலும் 18 வயதுக்குள் தெளிவு பெற்றான்.

அந்த நாளில் வாழ்ந்த மிகப்பெரிய கணித மேதைகளையே வியக்கவைக்கும் அளவுக்கு கணிதத்தில் ஆற்றல் பெற்றிருந்தான்.

யுத்த தந்திரங்களில் அவனுக்கிருந்த அறிவு பிரான்ஸ் ராணுவ அதிகாரிகளைக் கவர்ந்து இழுத்தது.

மிகச் சிறிய வயதிலேயே, ராணுவத்தின் முக்கிய பொறுப்புக்கு உயர்த்தப்பட்டான். இருந்தாலும், அப்போது பிரான்ஸில் ஏற்பட்ட புரட்சியைப் பயன்படுத்தி, தனது தாய்மண்ணை விடுவிக்கவே விரும்பினான்.

20 வயதில், தனது தாய்மண் கோர்ஸிகா தீவின் மக்கள் அவன் பின்னே அணிவகுத்தனர்.

மாபெரும் தேசத்தின் புரட்சிக்கு நடுவே சத்தமில்லாமல் தனது தீவுக்கு விடுதலை பெற்றுத் தந்தான்.

ஆம். அவனுடைய தன்னம்பிக்கையும், வாய்ப்பை உரிய சமயத்தில் பற்றிக் கொள்ளும் புத்திகூர்மையுமே அவனுக்கு இந்த வெற்றியைப் பெற்றுத் தந்தது.

ஆனால், நாட்டை விட்டு வெளியேறிய தலைவர்கள் வந்து விடுதலையின் பலனை அனுபவித்தபோது அவர்களை எதிர்த்து அவனால் எதுவும் செய்ய முடியவில்லை.

சொந்த நாட்டிலிருந்து குடும்பத்தோடு விரட்டப்பட்டாலும், அவன் சோர்ந்துவிடவில்லை.

எந்த நாட்டை எதிரியாக கருதினானோ, அந்த நாட்டையே தனது சொந்த நாடாக ஏற்றுக் கொண்டு அங்கு தனது வாய்ப்புகளை சரியாக பயன்படுத்தினான்.

அவனுடைய அறிவையும் வீரத்தையும் பிரான்ஸின் புரட்சியாளர்கள் சரியாக பயன்படுத்திக் கொண்டார்கள்.

இத்தாலியை பூர்வீகமாகக் கொண்டு, கோர்ஸிகாவில் குடியேறிய கூட்டத்தைச் சேர்ந்தவன் நெப்போலியன். இத்தாலி மொழிபேசிய அவன் இத்தாலியையே தனது வீரத்தால் ஜெயித்து பிரான்ஸுக்கு கீழ் கொண்டுவந்தான்.

அவனுடைய யுத்தம் அதுவரை வரலாறு கண்டிருந்த யுத்தங்களுக்கு மாறாக இருந்தது. அவன் முடியரசுகளின் கீழ் சிக்கி சீரழிந்து கொண்டிருந்த மக்களை விடுவிக்கவே அவனுடைய யுத்தம் பயன்பட்டது.

ஐரோப்பாவின் பெரும்பாலான பிரதேசங்களை வென்று குடியரசாக மாற்றியவன் அவன். பிரெஞ்சுப் புரட்சியின் பலன்களை ஐரோப்பா முழுவதும் பெறவேண்டும் என்று விரும்பினான்.

அதுவரை நாடுகளை வென்று தங்கள் குடையின் கீழ் கொண்டுவருவதே மன்னர்களின் வழக்கம். கைப்பற்றிய நாடுகளின் மக்களை அடிமைகளாக நடத்திய அவர்கள், அந்த நாடுகளின் வளங்களையும் கொள்ளையடிப்பார்கள்.

ஆனால், நெப்போலியன் ராணுவத்துடன் மட்டுமே சண்டையிட்டான். முடிந்த அளவுக்கு சண்டையிடுவதைத் தவிர்த்து யுத்த தந்திரங்களைப் பயன்படுத்தி சமரச உடன்படிக்கை ஏற்படுத்தினான்.

ஐரோப்பாவின் அனைத்துப் பேரரசுகளையும் அவன் வெற்றிகொண்டான். பிரான்ஸில் அமைதியை நிலைநாட்டினான். புரட்சியால் விளைந்த பலன்கள் திருப்தி அளிக்காததாலும், புரட்சியைக் காப்பாற்றும் ஆற்றல் அன்றைய தலைவர்களுக்கு இல்லாததாலும் பிரான்ஸின் சக்கரவர்த்தியாக தன்னை பிரகடனம் செய்துகொண்டான்.

அவனை பிரான்ஸ் வீரர்களும் மக்களும் ஏற்றுக் கொண்டனர். பிரான்ஸின் வல்லமையை பாதுகாக்க அவன்தான் சரியான நபர் என்று மக்கள் கொண்டாடினர்.

மாவீரன் நெப்போலியனுக்குள் இருந்த காதலன் நெப்போலியன் மிகவும் ரசிக்கத்தக்கவன். தொடக்கத்தில் காதல்

பைத்தியமாக இருந்த நெப்போலியன் பிறகு எப்படி தெளிவாகிறான் என்பதே சுவாரசியமான கதை.

அது, நம்மை அவன்மீது இரக்கப்பட வைக்கும். பிறகு அவனைத் தலையில் தூக்கிவைத்துக் கொஞ்சவைக்கும்.

அவனுடைய காதல் கடிதங்கள் இலக்கியத் தன்மை வாய்ந்தவை. போர்க்களத்தில் உயிரைத் துச்சமெனக் கருதி போராடும் இளைஞனுக்குள் இருந்து வெளிப்படும் இதமான காதல் உணர்வுகளும் அது புறக்கணிக்கப்பட்ட விதமும் நம்மை பதறவைக்கும்.

ஆனால், தனது வெற்றியையும் இலக்கையும் இழந்துவிடாமல் தொடர்ந்து போராடினான், நெப்போலியன்.

அந்த விடாமுயற்சிதான் அவனை மாவீரனாக்கியது.

பிரான்சுக்கு எதிராக அத்தனை பேரரசுகளும் ஒன்று சேர்ந்து அவனை தோற்கடித்தன. தோல்விக்குப் பிறகு நாட்டைவிட்டு வெளியேற்றப்பட்டான்.

பிரான்ஸ் சீரழிவதைக் கேள்விப்பட்டு பலத்த பாதுகாப்பையும் மீறி கடல்தாண்டி நாட்டுக்குத் திரும்பினான். அதன்பிறகும்கூட மக்கள் அவன் பின்னால் அணிவகுத்தனர்.

பிரிட்டன், பிரஷ்யா, ரஷ்யா, ஆஸ்திரியா ஆகிய நான்கு பேரரசுகளின் ராணுவத்தை வாட்டர்லூ என்ற இடத்தில் ஒருசேர சந்தித்தான்.

அப்போதும் கூட அவன் கவுரமாகவே தோற்றான்.

தான் நேசித்த மக்களுக்காக தோற்பது தலைவனுக்கு கவுரவமானதுதானே!

அப்படிப்பட்ட ஒரு மாவீரனின் வரலாற்றை தமிழில் நூலாக தருவதற்கு எனக்கு வாய்ப்பளித்த அண்ணன் நக்கீரன் கோபால் அவர்களுக்கும்,

சின்ன வயதிலேயே அவரையும் அறியாமல், எனக்குள் எழுதும் ஆர்வத்தை ஏற்படுத்திய, திராவிட இயக்கத்தின் மூத்த பிரமுகர்களில் ஒருவரான, எனது சித்தப்பா எஸ். அழகுமலை அவர்களுக்கும் நன்றி

அன்புடன்,
ஆதனூர் சோழன்

தொடர்புக்கு
e-mail;
athanur_chozhan@yahoo.co.in
mobile; 9840496702

அர்ப்பணம்

என்னை, யாரென்றே அறியாமல்
"ஆனந்த விகடன்" இதழில்
எனது எழுத்துக்களை
இருமுறை பாராட்டி ஊக்கமளித்த,
எனது ஆதர்ஷ எழுத்தாளர்
திரு. **சுஜாதா** அவர்களுக்கு

அடிமை மண்ணில் பிறந்தான்...
அடிமைப்படுத்திய தேசத்தின் சக்கரவர்த்தி ஆனான்.

நெப்போலியன் பிறந்த அஜாக்ஸியோ
துறைமுகத்தின இன்றைய தோற்றம்

அடிமை தேசத்தின் அவதாரம்

எங்கும் இருள் படரத் தொடங்கியிருந்தது.

மலைச்சரிவில், அடர்ந்த வனத்திற்கு மத்தியில், அமைந்திருந்தது அந்த சிறு குடில். உள்ளே மெல்லிய வெளிச்சம்.

இளம் பெண் ஒருத்தி தனது சிவந்த மேனியை மேல் துணியால் போர்த்தியிருக்கிறாள்.

மேல்துணிக்குள் அவளுடைய குழந்தை பால் குடித்துக் கொண்டிருந்தது. அவள், நாடோடி இனத்தைச் சேர்ந்தவளைப் போல இருந்தாள்.

வெளிச்சத்தில் அவளுடைய வெள்ளை நிற மார்பு பாதியளவு வெளித் தெரிந்தது. குழந்தையை லேசாக தட்டிக் கொடுத்தபடி, தூரத்தில் கேட்கும் உறுமல் சத்தத்தை கூர்மையாக கவனித்தாள் அந்த பெண். முகத்தில் ஏதோ எதிர்பார்ப்பு.

நெப்போலியன் பிறந்த கோர்ஸிகா தீவின் இன்றைய தோற்றம்

"இன்னுமா அவர்கள் சண்டையிட்டுக் கொண்டிருக்கிறார்கள்? இருள் படர்ந்த பிறகும் சண்டையை நிறுத்தவில்லையா? கேட்பது துப்பாக்கிச் சத்தம்தானா? இலையுதிர்கால வானத்தின் இடிச் சத்தமா, அல்லது ஓக் மரங்களும் பைன் மரங்களும் அடர்ந்த வனத்தில் காட்டுவிலங்குகள் எழுப்பும் முனகல் சத்தமா?"

அவள் குழப்பத்துடன் யோசித்துக் கொண்டிருந்தாள்.

அந்தச் சமயத்தில் காலடியோசை கேட்டது.

"அவன்தான் வருகிறானா? வருவேன் என்று சொல்லி யிருந்தான். ஆனால், சண்டை நடக்கும் கடலோர பகுதியிலிருந்து வெகுதூரம் நடந்து வரவேண்டியிருக்குமே...பனி மூட்டம் வேறு படரத் தொடங்கிவிட்டதே..."

வந்தது அவன்தான். கூடாரத்தின் வாயிலில் தொங்கிய திரைச்சீலை விலக்கப்பட்டது. உடனே, மென்மையான குளிர்காற்று உள்ளே புகுந்தது. வந்தவனுக்கு 20 வயதுதான் இருக்கும். ராணுவ அதிகாரிக்குரிய நீண்ட வண்ண அங்கியை அணிந்திருந்தான். தலையில் அழகிய கவசத்தை சூடியிருந்தான். பணிந்து வணக்கம் தெரிவித்த அவன், உட்கார்ந்திருந்தவளின் காலடியில் வந்து அமர்ந்தான்.

அவள் பணிப்பெண்ணை அழைத்தாள். பாலூட்டிக் கொண்டிருந்த குழந்தையை அவளிடம் கொடுத்தாள். ஒயின் கொண்டுவரச் சொன்னாள்.

அவளுக்கு 19 வயதுதான் இருக்கும். மோவாய் நீண்டிருந்தது. கூர்மையான மூக்கு வெளிச்சத்தில் பளபளத்தது. இடுப்பில்

செருகப்பட்டிருந்த பட்டாக்கத்தி மினுமினுத்தது. வனப்பகுதி மக்கள்கூட்டத்தைத் தலைமையேற்றுச் செல்லும் அவள் கத்தியில்லாமல் இருக்க முடியாது.

போர்க்குல மகளிர் வம்சத்தைச் சேர்ந்தவள். ஆற்றல் மிகுந்த, புராதன இனத்திலிருந்து வந்தவள். அதற்கான அம்சங்கள் அனைத்தும் அவளிடம் இருந்தன.

தனது தலையில் கட்டியிருந்த துணியை நீக்கினாள். சுருண்ட கேசம் தோளில் சரிந்து விழுந்தது.

“என்ன நடக்கிறது அங்கே?”

செதுக்கப்பட்டவை போன்ற அவளுடைய இதழ்களில் இருந்து ஆர்வம் மிகுந்த கேள்வி பிறந்தது.

“அவர்கள் விரட்டப்பட்டு விட்டனர். கடற்கரையை நோக்கி ஓடிவிட்டனர். அவர்கள் தப்புவதற்கு வழியே இல்லை. இந்தத் தகவலை பவோலிக்குத் தெரிவிக்க தூதர்கள் போயிருக்கிறார்கள்...

“நாளை நிச்சயம் நமதுதான். லெட்டிஸியா, நாம் ஜெயித்துக் கொண்டிருக்கிறோம். கோர்சிகா தீவு விடுதலை பெறும்”

அவனுடைய வார்த்தைகள் உறுதியுடன் வெளிவந்தன. அவளிடமிருந்து ஒரு பெருமிதம் நிறைந்த புன்னகை மிளிர்ந்தது. 19 வயதே ஆனாலும், வீரம் செறிந்த அவளுடைய தோற்றம், அவளை உயர்குடிப் பிறப்பினளாகக் காட்டியது.

மத்திய தரைக் கடலில் மரகதக் கல் போல பளிச்சென்று பரவிக் கிடந்தது அந்தத் தீவு. அதுதான் அங்கு பெரியது. முற்றிலும்

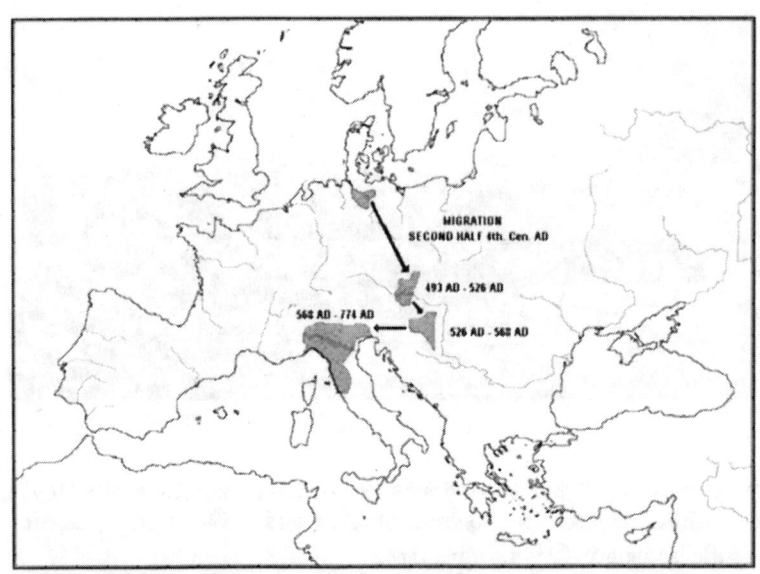

லொம்பார்ட் இன மக்கள் தெற்கு நோக்கி வந்த வரலாறு

மலைகள் நிறைந்தது. ஓங்கி உயர்ந்த மரங்கள் அடர்ந்த வனப்பிரதேசம் மலைகளை ஆக்கிரமித்து இருந்தது. மலைகளில் தான் பூர்வ குடியினர் தங்கியிருந்தனர்.

அவர்கள் பால்டிக் கடல் பகுதியிலிருந்து தெற்கு நோக்கி நகர்ந்து இத்தாலியை அடைந்த லொம்பார்ட் இனத்தைச் சேர்ந்தவர்கள். அவர்கள்தான் முதன்முதலில் கடல் கடந்து கோர்சிகா தீவை தங்கள் குடியேற்றப் பகுதியாகக் கொண்டவர்கள்.

அப்போதிலிருந்து, நீண்டகாலமாக, ஆம், பல நூற்றாண்டுகளாக, இத்தாலியின் ஜெனோவா மாநிலத்தின் ஆளுகைக்கு உட்பட்டுக் கிடக்கின்றனர்.

தங்களுடைய தீவை தாங்களே ஆள வேண்டும் என்று அவர்களுக்குள் விருப்பம் வளரத் தொடங்கியது. அது இத்தாலிக்கு எதிரான உரிமைப் போராட்டமாக மாறியது.

பவோலி என்ற அரசியல் அறிஞர் கோர்சிகாவுக்கு தனியாக அரசியல் சட்டத்தை ஏற்படுத்தினார். தனி நாடு என்று பிரகடனப்படுத்தினார். வயது வந்த அனைவருக்கும் வாக்குரிமை என்று அறிவித்தார். கார்சிகாவின் விடுதலைப்போராட்ட ராணுவத்தின் தலைவராக அவரை மக்கள் தேர்ந்தெடுத்தனர்.

இத்தாலி ராணுவம், அந்த மக்களுக்கு எதிராக சண்டையிடு

நெப்போலியனின்
தாய்
லெட்டிஸியா

வதைத் தவிர்த்தது. அந்த மக்கள் எத்தனை பெரிய ராணுவத்தையும் எதிர்கொள்ளும் உறுதியோடு இருந்தனர்.

அவர்கள் தங்கள் வம்சம் விருத்தியடைய நிறைய பிள்ளைகளைப் பெற்றனர். அப்போதுதான், தங்கள் நாட்டை பாதுகாக்க முடியும் என்று நினைத்தனர். ஆண்கள் மட்டுமல்ல, பெண்களும் போர்க்களத்தில் வாளேந்திப் போரிட்டனர்.

எனவே, கோர்சிகா தீவை பிரான்சுக்கு விற்றுவிட்டது இத்தாலி. இதையடுத்து, அந்தத் தீவை உரிமை கொண்டாடுவதற்காக பிரான்ஸ் அரசு ஒரு படையை அனுப்பியது. அந்தப் படையுடன் சண்டையிட கார்ஸிகோ தீவின் மக்கள் அணிதிரண்டு போராடினர்.

லொம்பார்ட் இனக் குழுவின் தலைமைப் பொறுப்பை வகித்தவர் கார்லோ புவனோபார்ட். அவருடைய மனைவி லெட்டிசியா புவனோபார்ட். விடுதலைப் போராட்ட தலைவரின் நம்பிக்கைக் குரிய படைத்தளபதியாக பணிபுரிந்தவர் கார்லோ.

கணவரின் சண்டைக்கு உதவியாக லெட்டிசியாவும் புறப்பட்டுவந்து மலைச்சரிவில் கூடாரம் அமைத்து தங்கியிருந்தார். லொம்பார்ட் இனத்தின் தேவையைக் கருத்தில் கொண்டு லெட்டிசியாவும் தனது 15 வயதிலேயே குழந்தை பெறத்

தந்தை கார்லோ

தொடங்கினார். ஆனால், இப்போதுதான் முதன் முதலாக ஆண்குழந்தை பெற்றிருந்தார்.

இதோ, பிரெஞ்சுப் படையை விரட்டிய செய்தியுடன் வந்து நிற்கிறார் கார்லோ. தனது கணவரைப் பெருமிதத்துடன் பார்த்தார். கையில் வைத்திருந்த ஒயினை காதலுடன் ஊற்றிக் கொடுத்தார். பிறகு ஆர்வமுடன் தழுவினார் லெட்டிசியா.

"இனிப் பிறக்கும் நமது குழந்தைகள் அடிமைகளாக இருக்கப் போவதில்லை லெட்டிசியா."

மனைவியின் காதுக்குள் கிசுகிசுத்தார் கார்லோ.

கூடாரத்தின் வெளியே கூதல்காற்று அந்த ரகசிய கிசுகிசுப்பை உள்வாங்கிச் சிலிர்த்துக் கொண்டது.

விடுதலை நம்பிக்கை நீடிக்கவில்லை.

அடுத்த ஆறுமாதங்களில் மீண்டும் பிரான்சின் பெரும்படை கோர்சிகாவை முற்றுகையிட்டது. மலைகளில் வாழ்ந்த தீவின் மக்கள் மீண்டும் கடலோரப் பகுதிக்கு ஆயுதங்களுடன் இறங்கி

கோர்ஸிகாவின் விடுதலைப் போராட்டம்

வந்தனர். தனது கணவருக்கு உதவியாக லெட்டிஸியாவும் வந்தார். இப்போது, அவருடைய இதயத்திற்கு கீழ் இன்னொரு குழந்தை கருக் கொண்டிருந்தது.

கடந்த இலையுதிர் காலத்தில் பிரான்ஸ் படையை விரட்டிய நேரத்தில் உருக் கொண்ட கரு அது. ஆனால், இம்முறை கோர்சிகாவின் மக்கள் தோற்கடிக்கப்பட்டனர். 1769-ஆம் ஆண்டு மே மாதம் பிரான்ஸ் படையினர் கோர்சிகாவைக் கைப்பற்றினர்.

விடுதலைப் போராட்ட தலைவர் பவோலி, தனக்கு நம்பிக்கையான சில நூறுபேருடன் இத்தாலிக்கு தப்பினார். கார்லோவும் வேறு சிலரும் சமரச உடன்படிக்கை செய்துகொண்டனர்.

தீவின் பெண்கள் மற்றும் ஆண்கள் கூட்டம் காடுகளுக்குள் புகுந்து பாதுகாப்பான பகுதிக்கு தப்பியது. அவர்கள், தங்கள் தலைவியான லெட்டிசியாவை, கோவேறு கழுதை மீது ஏற்றி கடலோரப் பகுதியில் உள்ள அஜாக்ஸியோவுக்கு கொண்டு வந்தனர். வயிற்றில் வளரும் கருவுடனும், கையில் ஒரு ஆண்டே நிரம்பிய குழந்தையுடனும் கடற்கரையில் அமைக்கப்பட்டிருந்த, பெரிய வீட்டில் அவர் தங்கினார்.

லெட்டிஸியாவின் கணவர் கார்லோ பைசா நகருக்கு சென்றார். அங்கிருந்தபடி கார்சிகோவில் தனது வம்சாவளி உரிமைகளை பெறுவதற்காக இத்தாலி நீதிமன்றங்களில் வழக்காடி வந்தார்.

கோர்ஸிகாவில் நெப்போலியன் பிறந்த வீடு

தனக்கு கிடைக்க வேண்டிய சொத்துக்கள் குறித்தே அவர் திட்டமிட்டு வந்தார். மற்றபடி குடும்ப வருமானத்திற்கு வழி ஏற்படுத்தவில்லை.

இந்நிலையில் 1769-ஆம் ஆண்டு ஆகஸ்ட் மாதம் இரண்டாவது ஆண்குழந்தை பிறந்தது. அந்தக் குழந்தைக்கு பிரான்ஸ் மன்னரின் நினைவாக நெப்போலியன் என்று பெயர் வைத்தார் லெட்டிசியா. குழந்தை பிறந்த செய்தி கிடைத்தவுடன் பைசாவிலிருந்து கார்சிகாவுக்கு திரும்பினார்.

சிக்கலான நிலையில் எல்லோரும் எடுக்கக்கூடிய முடிவையே கார்லோவும் எடுக்க வேண்டியதாயிற்று.

எந்த அரசுக்கு எதிராக போராடினாரோ அந்த அரசுடன் சமரசம் செய்து கொண்டார்.

கோர்சிகாவில் தனது உரிமையை நிலைநாட்ட வேண்டிய அவசியம் பதினாறாம் லூயிக்கு இருந்தது. எனவே, கார்லோவை பிரான்ஸ் அரசு சார்பிலான மதிப்பீட்டாளராக நியமித்தார்.

காலம் ஓடியது. லெட்டிசியாவுக்கு 30 வயது ஆனது. குடும்பத்தில் மொத்தக் குழந்தைகளின் எண்ணிக்கை 8 ஆகியது. 5 ஆண் குழந்தைகள், 3 பெண் குழந்தைகள் என்பது கோர்சிகாவில் மிகப்பெரிய கவுரவம்.

நெப்போலியன் பிறந்த வீட்டில் சுற்றுலா பயணிகள்

ஆனால், வீட்டிலோ எப்போதும் பணத்தின் தேவை அதிகரித்தது. பெற்றோர் பணம் குறித்தே பேசுவதை குழந்தைகள் கேட்க வேண்டியதாயிற்று.

அது, 1779-ஆம் ஆண்டு. கார்லோவுக்கு வேறு வழி தெரியவில்லை. தனது இரண்டு மூத்த பையன்களை அழைத்துக் கொண்டு டூலோனிலிருந்து பாரீசுக்கு புறப்பட்டார். மூத்த மகனுக்கு வயது 11. அடுத்தவனுக்கு வயது 10.

பாரீசில் பதினாறாம் லூயி மன்னரின் அரசவைக்குப் போனார். புவனோபார்ட் என்பது இத்தாலி அரசின் கவுரவ பட்டம் என்பதை பிரான்ஸ் அதிகாரிகள் உறுதிப்படுத்தினர். அதுமட்டுமல்ல, கடந்த 10 ஆண்டுகளாக பிரான்ஸ் அரசுக்கு விசுவாசமாக கார்சிகாவில் பணிபுரிந்திருக்கிறார் என்பதற்கான சான்றையும் அவர் பெற்று வந்திருந்தார்.

எனவே, அவருக்கு இரண்டாயிரம் பிராங்க் வழங்க லூயி மன்னர் உத்தரவிட்டார். அதுமட்டுமின்றி, அவரது மூத்தமகன் ஜோஸப், அடுத்த மகன் நெப்போலியன் மற்றும் ஒரு மகளுக்கு கல்வி உதவித் தொகை வழங்கும்படியும் உத்தரவிட்டார்.

மூத்தமகனை பாதிரியார்களுக்கான பள்ளியிலும், நெப்போலியனை அரசு அதிகாரிகளுக்கான பள்ளியிலும் சேர்த்துவிட்டு திரும்பினார்.

போர்க்கலையில் மட்டுமல்ல...
ஓவியக்கலையிலும் வல்லவன்!
நெப்போலியன் வரைந்த தனது ஓவியம்

படிப்பு... படிப்பு... எந்நேரமும் படிப்புதான்

பள்ளியிலும் தனி ராஜ்ஜியம்

பிரியனேயில் நெப்போலியன் படித்த பள்ளிக்கூடம் மிகப் பழமையானது.

விடுதியுடன் கூடியது. முன்புறம் பரந்து விரிந்த தோட்டம் இருந்தது. அங்கு பெரும்பாலும் பிரான்சைச் சேர்ந்த மாணவர்களே படித்தனர். நெப்போலியன் அன்னியனாய் உணர்ந்தான்.

பள்ளியின் தோட்டத்தில் அவன் தனக்கென்று ஒரு பகுதியை ஒதுக்கி வேலி போட்டுக் கொண்டான். அதில் வேறு யாரையும் அனுமதிக்க மாட்டான். மீறி யாரேனும் ஊடுருவ முயற்சி செய்தால் அவர்களை அடித்து விரட்டுவான்.

சிறியவனாய் இருந்த நெப்போலியன் கூச்ச சுபாவம் உள்ளவனாக இருந்தான். எப்போதும் தனிமையிலேயே இருப்பான். தோட்டத்தில் தனக்கென்று ஒதுக்கிக்கொண்ட மூலையில், படித்துக் கொண்டிருப்பான்.

ஒருநாள், சில மாணவர்களுக்குள் சண்டை மூண்டது. இருவர் தீக்காயமடைந்தனர். அவர்கள் இருவரும் நெப்போலியனின் எல்லைக்குள் புகுந்து தஞ்சம் கேட்டு வந்தனர். அவர்களை அவன் விரட்டியடித்தான்.

இந்த தகவல் ஆசிரியர்களுக்கு போனது. ஆனால், அவர்களால், நெப்போலியனுக்கு தண்டனை ஏதும் தர இயலவில்லை.

“இளம் வயதினர் கிரானைட் கற்களால் உருவாக்கப்பட்ட வர்களாய் இருக்கிறார்கள்” என்ற ஆசிரியர் ஒருவர், “ ஆனால் அவர்களுக்குள் ஒரு எரிமலை இருக்கிறது “ என்றார்.

அவனுக்கு பிரெஞ்சு வார்த்தைகள் தெரியாது. எதிரியின் பாஷையை கற்றுக் கொள்ள அவன் விரும்பவும் இல்லை. தனது சுதந்திரத்தின் மீது எப்போதும் கவனமாக இருந்தான்.

“ஓவியக் கல்லூரியில் படிப்பவர்களுக்குள் கடைசி ஆளாக இருப்பதைவிட, தொழிற்சாலையில் பணிபுரியும் தொழிலாளிகளில் முதலாவது ஆளாக இருக்க விரும்புகிறேன்” என்று தனது தந்தைக்கு எழுதினான் நெப்போலியன்.

இந்த எண்ணம் இவனுக்குள் எழுந்தது எப்படி? கிரேக்க வரலாற்று ஆசிரியரான புளூடார்ச் மீது நெப்போலியனுக்கு எப்போதுமே தீராத காதல் இருந்தது. கிரேக்கப் பேரரசின் முக்கியமான ஹீரோக்களின் வாழ்க்கை வரலாறுகளைப் பதிவு செய்தவர் அவர்.

அவருடைய வரலாற்று ஹீரோக்களின் கதையை விரும்பிப் படித்தான். அவர்களைப் பற்றியே கனவு கண்டுகொண்டிருப்பான். அவன் சிரித்து, யாரும் பார்த்ததில்லை.

உடன்படித்த மாணவர்கள் இவனை, அரைக் காட்டுமிராண்டி என்று கேலி செய்தனர். வெளிநாட்டுக்காரன் என்றும் முத்திரை குத்தியிருந்தனர். ஒல்லியாய் இருப்பான். நீண்ட கோட் அணிந்திருப்பான். பாக்கெட் மணி இருக்காது. எதுவுமே செலவழிக்க மாட்டான். பிரெஞ்சு மாணவர்களுக்கோ பணம்தான் பிரதானம். பணத்தை வைத்தே அவர்கள் மதிப்பிட்டார்கள்.

அவனுக்குத் தெரியும், அவர்கள் அனைவருமே தனக்கு நிகரானவர்கள் இல்லை என்று.

ஆனால், என்ன செய்வது? பிரான்ஸ் நாட்டவர் என்ற பெருமித உணர்வுடன் அவர்கள் இருந்தனர். கோர்சிகாவின் பெருமிதம் நிறைந்த குடும்பத்தைச் சேர்ந்த நெப்போலியனை அவர்களுக்கு எப்படி புரியும்?

கி.மு. நான்காம் நூற்றாண்டின் வரலாற்று ஆசிரியர் புளூடார்ச்

"எங்கள் வீரத்தைப் பற்றி உங்களுக்குத் தெரியாது?" என்பான் நெப்போலியன்.

"சரி, வீரத்திருமகனே, பிறகு எப்படி எங்கள் ராணுவத்திடம் தோற்றுப்போய் சரணடைந்தீர்கள்?"

"நீங்கள் பத்துப் பேராக இருந்தீர்கள். நாங்கள் ஒருவராக எதிர்த்து போரிட்டோம்." என்று ஆத்திரமாய் பதிலளிப்பான். "பொறுத்திருங்கள். நான் வளர்ந்த பிறகு உங்களுக்கு சரியான பாடம் கற்பிக்கிறேன்." என்பான்.

"அப்படியா? உன்னோட அப்பா என்ன பொறுப்பில் இருக்கிறார்? அவர் சாதாரண ராணுவ வீரர்தான் என்பதை நினைவில் வைத்துக் கொள்"

நெப்போலியனின் உள்ளம் ரணமாகும். வேதனையில் வெடிப்பான். அழமாட்டான். கடிதமாக எழுதுவான். கார்சிகாவில் இருந்த தனது அப்பாவுக்கு இப்படி எழுதினான்...

"இவர்களோடு தொல்லையாய் இருக்கிறது. இவர்களைக்

காட்டிலும் நான் பெருமை மிக்கவன்தான். ஆனால், பணத்தை வைத்தே பெருமையை அளவிடுகிறார்கள். என்னிடம் பணம் இல்லை. இவர்களுடைய கேலிக்கு ஆளாகி பொறுமையை இழக்கிறேன்."

அதற்கு தீவிலிருந்து அவனுடைய அப்பா பதில் எழுதினார்.

"நம்மிடம் பணம் இல்லை. நீ இப்போது எங்கே இருக்கிறாயோ... அங்கேயே இன்னும் சிலகாலம் இரு."

இது நெப்போலியனின் தன்னம்பிக்கையை அதிகரிக்க காரணமாக இருந்தது. மிகவும் பொறுமையாக இருந்தான். தன்னைச் சுற்றி நடப்பவற்றை உன்னிப்பாக கவனித்தான். எப்போதும் படித்துக் கொண்டே இருந்தான். கணக்கு, சரித்திரம், பூகோளம் ஆகிய பாடங்களில் கெட்டிக்காரனாக இருந்தான். அவனுடைய ஆசிரியர்களுக்கு அவன் மீது நல்ல அபிப்ராயம் இருந்தது.

ஐந்து ஆண்டுகள் தங்கியிருப்பது என்று முடிவெடுத்துக் கொண்டான். பிரான்ஸ் மன்னருடன் தனது தந்தை சமரசம் பேசியதை நினைத்தால் அவனுக்கு வெறுப்பாக இருந்தது. இப்போது, அவன் படிக்கும் செலவுக்கு பிரான்ஸ் மன்னர்தான் பணம் தருகிறார் என்பதையும் நினைத்துப் பார்த்தான். அப்பாவின் நடைமுறையையே இப்போதைக்கு தானும் பின்பற்றுவது என்று சமாதானப்படுத்திக் கொண்டான்.

கார்சிகா தீவை எப்படியும் மீட்க வேண்டும் என்று உறுதி எடுத்துக் கொண்டான். தனது தீவைப் பற்றிய நூல்களை அதிகமாக படித்தான். வரலாறு படைக்க வேண்டுமென்றால் வரலாற்றை படிக்க வேண்டும் என்று நினைத்துக் கொண்டான்.

புத்தகங்களுக்குள் மூழ்கினான். அவனது வெறி ஆசிரியர்களுக்கு வியப்பாக இருந்தது. அப்போது அவனுக்கு 14 வயதுதான் ஆகியிருந்தது. வயதுக்கு மீறிய கனவுகள் அவனை ஆக்கிரமித்திருந்தன.

தோல்வியடைந்த நாட்டுக்குச் சொந்தக்காரன் என்ற உணர்வு அவனுடைய நடத்தைகளை வெகுவாக மாற்றியது.

வால்டேர், ரூஸோ போன்ற மேதைகளின் எழுத்துக்களை படித்து அரசியல் அறிவை வளர்த்துக் கொண்டான். பிரஷ்யாவின் பேரரசர் பிரடெரிக் தனது மரணத்துக்கு முன் எழுதிய பிரகடனம் ஒன்றைப் படித்தான். கார்சிகா தீவுக்கு விடுதலை அளிக்க வேண்டும் என்று அவர் அதில் எழுதியிருந்தார்.

வால்டேர்   ரூஸோ

தேடலும், போர்க்குணமும், சந்தேகத் தன்மையும் கொண்ட நெப்போலியன் விரிவான திட்டங்களை மனதுக்குள் வகுத்துக் கொண்டிருந்தான். இவன் என்னவாக விரும்பியிருப்பான். அவனுடைய வயதுக்கு மீறிய அறிவுடன் திகழ்ந்த நெப்போலியன் அனைவரையும் மிரட்சியுடன் நிமிர்ந்து பார்க்க வைத்தான்.

இந்தச் சமயத்தில், அவனுடைய அண்ணன் ஜோஸப், பாதிரியார் பள்ளியிலிருந்து விலகி, படைப்பிரிவில் சேரப்போவதாக எழுதியிருந்தான். அதில் நெப்போலியனுக்கு உடன்பாடில்லை.

போர்க்களத்தின் துயரங்களை தாங்கிக் கொள்ளும் துணிச்சலோ வீரமோ அவனுக்கு இல்லை. அவனுடைய தகுதிக்கு எல்லைப்படை அதிகாரியாக இருக்கலாம். சண்டைபோடும் வீரனாக இருக்க முடியாது. சமூகத்தில் மரியாதை மிக்க அதிகாரியாக இருக்க முடியும். போர்க்களத்தில் ரத்தச் சகதிக்குள் கால்மிதிக்கும் ஆற்றல் அவனிடம் இல்லை.

இப்படி ஒரு முடிவை அவன் வெகு முன்னதாகவே எடுத்திருக்க வேண்டும். இது மிகவும் தாமதமான முடிவு. இதனால் குடும்பத்திற்கு என்ன பயன்?

படைவீரனாக வேண்டும் என முடிவெடுத்து விட்டான். ஆனால், எந்தப் பிரிவில் சேரப்போகிறான். கப்பல் படையில் சேரப்போகிறானா? அப்படியானால், அவனுக்கு கணக்கு பாடத்தில் போதுமான பயிற்சி இல்லையே. அதுமட்டுமா, கடலில்

நீண்டகாலம் தங்கியிருக்க போதுமான உடல் பலம் அவனுக்கு இல்லை.

பீரங்கிப்படையின் அதிகாரியாக செயலாற்ற வேண்டுமானாலும் மனத்துணிவு அவசியம். கடுமையான உழைப்பு தேவைப்படும். அவனோ இளகிய மனதினன். அவனால் எப்படி ஈடுபாட்டுடன் செயலாற்ற முடியும்? என்று எழுதினான் நெப்போலியன்.

நெப்போலியன் இவற்றை எழுதும்போது அவனுக்கு வயது 15. தனது அண்ணனிடம் பற்றாக்குறையாக இருக்கிற இந்த குணங்களெல்லாம், தன்னிடம் போதுமான அளவு இருப்பதாக கருதினான்.

ஜோஸப்பை தனது தந்தையின் மகனாக மட்டுமே நெப்போலியன் மதிப்பிட்டான்.

ஆனால், தனது தந்தையிடமிருந்து பல்துறை அறிவு, கற்பனாசக்தி ஆகியவற்றையும், தனது தாயிடமிருந்து, துணிவு, துல்லியம் ஆகியவற்றையும் சுவீகரித்திருப்பதாக நெப்போலியன் கருதினான். அவனுக்குள் இந்த பெருமித உணர்வு எப்போதுமே நிறைந்திருந்தது.

1784ல் பாரீஸ் ராணுவப் பயிற்சி பள்ளியில் சேர்ந்தான். அப்போது அவனுடைய தந்தை இறந்தார். ராணுவப் பயிற்சிக் காலத்தில் அவனுக்கு பணம் கிடைத்தது. தனது சீருடை வாங்குவதற்கும் மற்ற செலவுகளுக்கும் அவன் யோசித்தே செலவழித்தான். தனது குடும்பத்தின் வறுமை நிலை அவனுக்குப் புரிந்திருந்தது. பணத்தை சேர்த்து தனது தாய்க்கு அனுப்புவதை வழக்கமாக கொண்டிருந்தான்.

ராணுவ வீரனுக்கு ஆடம்பர வாழ்க்கை அவசியமல்ல என்று கருதினான். ராணுவப் பள்ளியில் நல்ல மதிப்பெண்களுடன் தேறினான் நெப்போலியன்.

"பிறரிடமிருந்து ஒதுங்கியே இருக்கும் மனப்பான்மை, புத்திசாலித்தனம், எத்தகைய பொருள் குறித்தும் உரையாடுவதற்கு தேவையான மனோதிடமிக்க அறிவு, நல்ல ஆசிரியர்கள் எழுதிய நூல்களைத் தேடிப்படிக்கும் பழக்கம் ஆகியவை நிரம்பப் பெற்றிருந்தான் நெப்போலியன். தாங்கும் சக்தி அதிகமாக பெற்றிருந்தான். அதன்காரணமாக தன்முனைப்பு அதிகமாக இருந்தது. குறைவாகவே பேசுவான். ஆனால், ஆணித்தரமாக பதிலளிப்பான். லட்சியத்தில் உறுதியும், தன்மீது அளவற்ற நம்பிக்கையும் கொண்டிருந்தான்." என்று அவனது ஆசிரியர்கள் குறிப்பெழுதினர்.

துணை லெப்டினன்ட் என்ற பொறுப்பு கிடைத்தது. வாலென்சில் உள்ள படைப்பிரிவில் போய் சேர்ந்தான்.

பணமில்லாத குறை. படைப்பிரிவுக்கு போய்ச் சேரும் தூரத்தில் பெரும்பகுதியை நடந்தே கடக்க வேண்டிய நிலை.

அவனுடைய மனதுக்குள் மூன்று விதமான சிந்தனைகள் குடிகொண்டிருந்தன.

தன்னை அவமதித்த சக பிரெஞ்சு பூச்சிகளை அடக்கியாள வேண்டும். அவர்களுடைய மண்டைக்குள் எதுவுமில்லை என்பதை அவன் புரிந்திருந்தான்.

வறுமையின் கோரப்பிடியில் இருந்து தன்னை முற்றிலுமாக விடுவித்துக் கொள்ள வேண்டும்.

பிறரை வென்று ஆதிக்கம் செலுத்த வேண்டுமென்றால், மற்றவர்களை படிக்க வேண்டும்.

இந்த மூன்றின் இலக்கும் ஒன்றை நோக்கியே இருந்தது. கார்சிகா தீவுக்கான போராட்டத்துக்கு தலைமை ஏற்க வேண்டும். பிறகு கார்சிகா தீவின் தலைவனாக வேண்டும்.

நெப்போலியனின் 16 வயது மூளைக்குள் இந்த உறுதி உரம்பெற்றிருந்தது. தன்னை வெறுப்பூட்டிய பிரான்ஸ் புனிதத்தன்மையை பொடிப்பொடியாக்க வேண்டும். தனக்கான உலகம் இதுவல்ல. தனது உலகத்திற்கு தனியான தார்மீக நெறிகள் இருக்கும்.

“நான் அணியும் இந்த வாள் என்னுடையது, செருகும் பெல்ட் மட்டுமே பிரான்சுக்கு சொந்தமானது.”

- முதன்முதலாக சீருடையை அணிந்து, வாளை செருகும்போது, நெப்போலியன் தனக்குள் இப்படி சொல்லிக் கொண்டான்.

சாவதற்குள் பல முறை தனது சீருடையை திருத்தி வடிவமைத்த அவன், முதன் முதலில் பிரான்ஸ் சீருடையை அணியும்போதே, பிரான்சை கைப்பற்றும் இறுதித் திட்டத்தை தீட்டினான்.

போர் வீரன் ஆனாலும்
படிப்பதில் அவனுக்கு இருந்த ஆர்வம்தான்
உலகையே புரட்டிப் போட உதவியது

தீவுக்கு வேண்டும் விடுதலை

உல்லாசத்திற்கும் பொழுதுபோக்குகளுக்கும் குறைவில்லாத நாடு பிரான்ஸ்.

அந்த நாட்டு ராணுவத்தின் லெப்டிணன்ட் ஆக பொறுப்பேற்ற நெப்போலியன் எப்படிப்பட்ட வாழ்க்கை முறைக்கு தயாராக வேண்டும்?

டான்ஸ் கற்றுக்கொள்ளத் தொடங்கினான். விருந்துகளில் அதிகாரி சில நடைமுறைகளை பின்பற்ற வேண்டும் என்பதற்காக அதை முயற்சி செய்தான்.

ஆனால், விரைவிலேயே அதை கைவிட்டான். தனது ஏழ்மை நிலை அவனுக்குள் உறைத்தது.

பணக்கார வாழ்க்கையின் பக்கங்கள் தனது லட்சியத்தை திசை திருப்பிவிடும் என்று பயந்தான். மேல்தட்டு மனிதர்களின் உலகம் அவனுக்கு வெறுப்பை ஏற்படுத்தியது. வால்டேர், ரூஸோ, மான்டெஸ்கு, ரேய்னல் உள்ளிட்ட மாபெரும் மேதைகளின் எழுத்துக்கள் அவனது நினைவுக்கு வந்தன.

சுவாசிப்பதைப் போல படிப்பது மட்டுமே பணம் செலவழிக்காமல் கிடைக்கக் கூடிய வாய்ப்பு என்ற முடிவுக்கு வந்தான்.

அவன் தங்கியிருந்த ஹோட்டலில் கேளிக்கைகளும் கும்மாளமும் குறைவில்லாமல் நடக்கும். அவனது அறைக்குப் பக்கத்தில் பில்லியார்டு கிளப் இருந்தது. எப்போதும் கெக்கலிப்பு சத்தம் கேட்டுக் கொண்டே இருக்கும்.

ஆனால், அவன் தனது அறையில் தனியாக அமர்ந்து படித்துக் கொண்டிருப்பான். அரசாங்கத்தின் நிலைப்பாடு, சமூகத்தின் தேவைகள், தனது எதிர்காலத் திட்டம் என்று அவனது சிந்தனை வட்டமிட்டுக் கொண்டிருக்கும்.

லெண்டிங் லைப்ரரியில் புத்தகங்களை வாங்கிப் படித்துக் கொண்டிருந்தான். இப்போது, ஒன்று அல்லது இரண்டு பிராங்க்கை புத்தகங்கள் வாங்குவதற்காகவும் செலவழித்தான்.

அவனுடைய நண்பர்கள் சூதாட்டத்திற்கும், விபச்சார பெண்களுக்கும் நிறைய செலவழித்தார்கள். ஆனால், நெப்போலியன் தனது புத்தகங்களுக்குள் புதைந்து கிடந்தான்.

வரும் நாட்களில் தனக்கு உதவும் வகையிலான புத்தகங்களைத் தேடிப்பிடித்து குறிப்புகளை எடுத்தான்.

ராணுவ தளவாடங்களைப் பயன்படுத்தும் வகைகள், அவை உருவான வரலாறு, முற்றுகையிடுவது எப்படி, பிளாட்டோவின் குடியரசு முறை, பாரசீக அரசியல் சட்டம், ஏதென்ஸ், ஸ்பார்டன் அரசாட்சி முறை, இங்கிலாந்து வரலாறு, மகா பிரெடரிக் மன்னரின் படையெடுப்புகள், பிரான்ஸ் அரசின் நிதிநிலைமை, தார்த்தாரியர்கள், துருக்கியர்களின் நடைமுறை பழக்க வழக்கங்கள், அவர்களுடைய நாடுகளின் வரைபடங்கள், எகிப்து, கார்தேஜ் நாடுகளின் வரலாறு, இந்தியாவைப் பற்றிய விவரக் குறிப்புகள், சுவிட்சர்லாந்து, இந்தியா, சீனா, இன்கா பேரரசு ஆகியவற்றின் வரலாறு மற்றும் அரசியலமைப்பு, ராணுவவீரர்களின் துரோகங்கள், வானியல், பூகோளவியல், வானிலை, மக்கள்தொகை வளர்ச்சி தொடர்பான விதிகள், இறப்பு விகிதம் குறித்த புள்ளி விவரங்கள்

மாண்டெஸ்கியூ

ரேய்னல்

என நெப்போலியனின் படிப்பு விரிந்தது.

வெறுமனே பக்கங்களை புரட்டிப் போகிறவனல்ல, நெப்போலியன். மிகவும் ஆழ்ந்து படிப்பான். தான் படித்தவற்றையெல்லாம் குறிப்புகள் எடுத்து வைப்பான்.

(அந்த குறிப்புகள் மட்டுமே, இப்போதைக்கு நானூறு பக்கங்கள் வரை அச்சிடப்பட்டுள்ளன.)

முன்னூறு ஆண்டுகளாக இங்கிலாந்தையும் பிரான்சையும் ஆண்ட சாக்ஸன் மன்னர்களின் பெயர்களை வாரிசு அடிப்படையில் மேப் வரைந்து வைத்திருந்தான்.

தொடக்க காலத்திலிருந்து நடந்தே பயணம் மேற்கொண்ட மனித இனத்தின் பல்வேறு பிரிவினரை படம் வரைந்து வைத்திருந்தான்.

27 கலீஃபாக்களின் வரலாறு, அவர்களுடைய படைபலத்தின் அளவு, அவர்களுடைய மனைவியரின் துரோகங்களைக் குறித்து வைத்திருந்தான்.

எல்லாவற்றிலும் அவனை பெரிதும் கவர்ந்தது எகிப்து. மாவீரன் அலெக்ஸாண்டரை கவர்ந்த பூமியல்லவா?

பூகோளரீதியில் எகிப்து அமைந்திருந்த இடம் அப்படி!

ஆசியா, ஆப்பிரிக்கா, ஐரோப்பா ஆகிய கண்டங்களுக்கு மத்தியில் அமைந்திருந்தது அது. இரண்டு கடல்களை இணைக்கும் வகையிலும் இருந்தது.

அலெக்ஸாண்டர் தான் சேகரித்த செல்வத்தையெல்லாம் எகிப்தில் கொண்டுவந்து குவித்ததற்கு காரணம் இருந்தது.

எகிப்தின் அதிசயங்கள் மீதும் நெப்போலியனுக்கு ஆர்வம் அதிகரித்தது. முடிந்தால் எகிப்தை தனது ஆளுகைக்கு கொண்டுவர வேண்டும் என்று விரும்பினான்.

அப்போது, அவன் பிரான்ஸ் ராணுவத்தின் சாதாரண துணை லெப்டிணன்ட் மட்டுமே.

இருந்தால் என்ன? வாழ்நாள் வரையில் ராணுவ வீரனாகவே காலத்தை ஓட்டி, ஓய்வு பெறும்போது கேப்டன் பதவி வகித்து, ஓய்வூதியம் வாங்கப்போகிறவனா அவன்?

குதிரைகளின் குளம்படி ஓசையால் உலகையே அதிரவைக்கப் போகிறவனல்லவா?

தனக்குத்தானே தனிமைச் சிறை அமைத்துக் கொண்டாலும் நெப்போலியனின் கற்பனை உலகம் முழுவதையும் வலம் வந்துகொண்டிருந்தது. கட்டுரைகள் எழுதினான். திட்டங்களை வடிவமைத்தான்.

ராணுவ தளவாடங்களை எப்படி அணிவகுக்கச் செய்வது?, தற்கொலை, மன்னராட்சி அதிகாரம், மனிதர்களுக்குள் சமத்துவமற்ற தன்மை என 12க்கும் மேற்பட்ட தலைப்புகளில் அவன் கட்டுரைகள் எழுதினான்.

கோர்சிகாவைப் பற்றி ஏராளமாக எழுதினான். எங்கே இருந்தாலும், எந்தச் சமயத்திலும் அவனுடைய தீவைப் பற்றியே சிந்தித்தான்.

“அடாவழியில் ஆட்சி உரிமையை கைப்பற்றுவார்களாம். அவர்கள் போடும் சட்டங்கள் என்ற நுகத்தடியை சுமக்க வேண்டுமாம். அந்தச் சட்டங்களை புனிதமானவை என்று அவர்கள் கூறுவார்களாம். அவற்றை மீறுவது தெய்வக் குற்றம் என்பார்களாம். என்ன ஒரு கேலிக்கூத்து இது? முன்பு, ஜெனோவாவின் சட்ட நுகத்தடியில் சிக்கியிருந்தோம். அதை நொறுக்கினோம். பிறகு, பிரான்ஸ் நுகத்தடி நமது கழுத்தில் விழுந்தது. ஜெனோவாவின் நுகத்தடியை நொறுக்கியதைப் போல, பிரான்சின் நுகத்தடியையும நொறுக்க முடியாதா?”

தனது கட்டுரை ஒன்றில் இப்படி எழுதினான் நெப்போலியன்.

கோர்சிகா...கோர்சிகா, நெப்போலியனின் மனதில் இந்தத் தீவின் பெயர்தான் எப்போதும் எதிரொலித்துக் கொண்டிருந்தது.

பாரீஸ் ராணுவப் பள்ளியில் நெப்போலியன்

தன்னுடைய மண்ணைக் களமாகக் கொண்டு நாவல் ஒன்றை எழுதத் தொடங்கினான். 12 சிறுகதைகள் எழுதினான். இவற்றில் எதையுமே முழுமையாக முடிக்கவில்லை. அத்தனை கதையிலும் அவன் பிரான்ஸ் மீதான வெறுப்பையே எழுத்துக்களாய் கொட்டித் தீர்த்திருந்தான்.

வறுமை, தீராக் கோபம், விடுதலை குறித்த உணர்ச்சிக் குவியலோடு தனது நாட்களைக் கழித்தான்.

"நான் எதிலிருந்தும் விலகிப் போய்விடவில்லை. எனது வேலையில் கவனமாய் இருந்தேன். எனது ஆடைகளைக் கூட வாரத்திற்கு ஒருமுறைதான் மாற்றினேன். குறைவாகவே தூங்கினேன். நாளொன்றுக்கு ஒருவேளை மட்டுமே சாப்பிட்டேன்." என்று எழுதினான் நெப்போலியன்.

யுத்தங்கள், போர்த்தளவாடங்கள் தொடர்பான அவசரச் சட்டங்களை ஆய்வு செய்தான். எப்போதும் அவன் எண்ணத்தில் எண்கள் மட்டுமே ஆக்கிரமித்திருந்தன. பிறவிக் கணிதமேதை என்றே அவனை அழைத்தனர். வெறும் கற்பனையில் தனது

திட்டங்களை வரைந்து வந்த அவன், தனது தீவை விடுவிக்க என்னவெல்லாம் போர்த் தந்திரங்களைக் கையாளலாம் என்பதையும் திட்டமிடத் தொடங்கினான்.

எங்கேயெல்லாம் பீரங்கிகளை நிறுத்தலாம். பதுங்கு குழிகளை எங்கே வெட்டலாம். ராணுவப் பிரிவுகளை எங்கே நிறுத்த வேண்டும் என்றெல்லாம் குறிப்புகள் எழுதத் தொடங்கினான். அவனது நோட்டுகளில் வரைபடங்களே ஆக்கிரமிக்கத் தொடங்கின.

வெஸ்ட்மினிஸ்டர் நாடாளுமன்ற நடவடிக்கை அறிக்கைகளை பத்திரப்படுத்தினான். பூமியின் தொலைதூர பிரதேசங்களையும் வரைந்து வைத்தான். அவனது குறிப்புப் புத்தகங்களில் கடைசியாக அவன் குறித்தது, அட்லாண்டிக் பெருங்கடலில் பிரிட்டிஷ் காலனியாக இருந்த செயின்ட் ஹெலனா தீவு.

அவனுடைய காலம் இப்படி கழிந்து கொண்டிருந்தது. தீவிலிருந்து அவனுடைய தாய் லெட்டிஸியாவின் கடிதம் வந்தது.

அப்பா இல்லை. அண்ணனுக்கு வருமானம் இல்லாத வேலை. குடும்பத்தின் தேவைகள் அதிகரிக்கின்றன. மல்பெரி தோட்டத்திலும் விவசாயம் இல்லை. வாழ்க்கை மிகவும் சிரமமாக இருக்கிறது. எனது இரண்டாவது மகனிடமிருந்து உதவி கிடைக்குமா?

தாயின் இந்தக் கடிதம் நெப்போலியனை உடைத்துப் போட்டது. உடனே விடுப்பு எடுத்துக் கொண்டு தீவுக்கு விரைந்தான்.

கோர்சிகா தீவு குறித்தே சிந்தித்தவன், தீவை மீட்பதற்கான முயற்சிகளை தொடங்கக் கிடைத்த சந்தர்ப்பமாக கருதலாமா?

இல்லை. தீவுப் பயணம் குறித்து அவன் தனது டைரியில் இப்படி எழுதினான்...

"மனிதக் கூட்டத்தின் மத்தியில்தான் இத்தனை காலமும் இருந்தேன். ஆனால், தனியாளாக இருந்தேன். தனிமையில் எனது தீவைப் பற்றி நான் கண்ட கனவுகளுடனும், உணர்ச்சி அலைகளுடனும் புறப்படுகிறேன். ஏழு ஆண்டுகள் கழித்து எனது மண்ணுக்கு போவது எத்தனை மகிழ்ச்சியாக இருக்க வேண்டும். ஆனால், எனக்குள் வேதனைதான் மிஞ்சுகிறது...

"எனது மக்களின் கைகளில் விலங்குகள் இன்னும் பூட்டப்பட்டுள்ள நிலையில், விலங்கு பூட்டியவர்களின் கைகளுக்கே முத்தமிடும் நிலையில் இருக்கிற அவர்களைப் பார்க்க வா நான் தீவுக்கு போக வேண்டும்?

அந்த நாட்களில் எனது மக்கள் இயற்கையோடு தங்கள் வாழ்க்கையை இணைத்துக் கொண்டிருந்தனர். தங்கள் மனைவியருடனும், குழந்தைகளுடனும் குதூகலித்து வாழ்ந்தனர். நாளெல்லாம் அரசுக்கு உழைத்தனர். இரவில் தங்கள் மனைவியரின் மடியில் துயில் கொண்டனர்...

"அவர்களுடைய சுதந்திரம் பறிக்கப்பட்டது. அவர்களுடைய சந்தோஷம் முழுவதும் துடைத்தெறியப்பட்டது. பிரெஞ்சுக்காரர்களே, நீங்கள் என் மக்களுடைய நல்ல விஷயங்களை மட்டுமா பறித்துக் கொண்டீர்கள். அவர்களுடைய தார்மீக உணர்வுகளையும் கெடுத்துவிட்டீர்கள்...

"நான் தனி ஆள். அதிகாரம் இல்லாத நான், எனது மக்களுக்கு என்ன உதவி செய்துவிட முடியும்? நான் யாரை வெறுக்கிறேனோ அவர்களை பெருமைப்படுத்தி வாழ வேண்டிய நிலையில் எத்தனை காலம் இருக்கப் போகிறேன். எங்களுக்கும் எங்கள் விடுதலைக்கும் இடையே நிற்கும், தனிமனிதனை அகற்ற வேண்டுமென்றால், தயக்கமே இல்லாமல் நான் நடவடிக்கையில் இறங்குவேன்...

எனது தீவின் நிலைமை என்னை துயரப்படுத்துகிறது. என்னால் சந்தோஷமாக இருக்க முடியவில்லை. வலியைத் தவிர வேறெதையும் அனுபவிக்கவில்லை. எனது இஷ்டப்படி வாழ முடியவில்லை. எல்லாமே எனக்கு பாரமாக இருக்கிறது."

ஒரு ஆண்டு கோர்சிகாவில் இருந்தான். குடும்பத்தின் சுமைகளை பகிர்ந்துகொண்டான். விடுமுறை முடிந்ததால் பிரான்சுக்கு புறப்பட்டான். ஆனால், அவன் பணிபுரிந்த வாலென்ஸ் நகர படைப்பிரிவுக்கு போகவில்லை. மாறாக, ஆக்ஸோன்னி படைப்பிரிவுக்கு போனான்.

அங்கு, அவனுடைய திறமைக்கு முதன் முறையாக அங்கீகாரம் கிடைத்தது. அவனுடைய படைப்பிரிவின் புதிய தளபதி, அவனுக்கு மேலே உள்ள அதிகாரிகளை ஓவர்லுக் செய்து, அவனிடம் ஒரு பொறுப்பைக் கொடுத்தார்.

19 வயதே ஆன இளைஞனிடம், மூத்த அதிகாரிகளிடம் ஒப்படைக்க வேண்டிய பொறுப்பை ஒப்படைத்தால், பொறாமை உருவாகுமா, ஆகாதா?

அப்படி என்ன வேலை? அணிவகுப்பு மைதானத்தில், ராணுவ அணிவகுப்பைத் திட்டமிடும் வேலை.

சிறுவயதிலிருந்தே திட்டமிட்டு
கிடைத்த வாய்ப்புகள் அனைத்தையும்
சாமர்த்தியமாக பயன்படுத்தி உலக வரலாற்றில்
நிகரற்ற இடத்தைத் தக்கவைத்துக் கொண்டவன்

தாய்மண்ணை மீட்க...

"இதுவா என் வேலை?"

மனதுக்குள் அடிக்கடி இப்படிக் கேட்டுக் கொண்டான் நெப்போலியன்.

தன்னைவிட மூத்த அதிகாரிகளிடமிருந்து முக்கியமான பொறுப்பை தட்டிப் பறித்திருந்தாலும், அவனுக்குள் மன நிறைவு ஏற்படவில்லை.

"காலையிலிருந்து இரவு நெடுநேரம் வரை சிக்கலான கணக்குகள். அணிவகுப்பை வித்தியாசமாக நடத்துவதற்கான புதிய திட்டங்கள் என கடுமையான வேலை. பத்து நாட்கள் மிகவும் கவனமாக என் வேலையைச் செய்தேன்.

"ஆனால், மிகவும் சின்ன பையனான என்னிடம், தாங்கள் இதுவரை கவனித்துவந்த பொறுப்பை ஒப்படைத்ததால், எனது மூத்த அதிகாரிகள் பொறாமைப் பட்டனர்."

நெப்போலியன் தனது டைரியில் இப்படி எழுதி வைத்தான்.

தான் வெறுக்கும் ஒரு தேசத்தின் மக்களுக்காக காலம் முழுவதும் உழைப்பதை அவன் விரும்பவில்லை. தனது தீவை யார் மீட்பது என்ற கவலை அவனுக்குள் நிரம்பி வழிந்தது.

அப்படிப்பட்ட சமயங்களில் புதிய திட்டங்களையும் பிரான்சுக்கும், மன்னராட்சி முறைக்கும் எதிரான கருத்துகளையும் தனது டைரியில் பதிவு செய்தான். அந்த டைரி மட்டும் அரசு அதிகாரிகளிடம் சிக்கினால் போதும்... மரணதண்டனை நிச்சயம். ஆனால், அவனது அந்தரங்க டைரியில் தனது கருத்துகளை துணிச்சலாக எழுதிக்கொண்டே இருந்தான்.

"ஐரோப்பாவில் உள்ள 12 முடியரசுகளில் பெரும்பாலானவை, அடாவடியாக அதிகாரத்தை கைப்பற்றியவை. அவற்றுக்கு நினைவுச் சின்னம் எழுப்ப வேண்டிய நேரம் வந்துவிட்டது. சில முடியரசுகள் மட்டுமே விட்டு வைக்கக் கூடியவை."

டைரியில் இப்படி எழுதுவான். ஆனால், பிரான்ஸ் மன்னரின் பிறந்தநாள் அணிவகுப்பில் "மன்னர் வாழ்க" என்று உரக்கக் கூவவேண்டிய நிலையில் இருந்தான். உள்ளுக்குள் வெட்கப்பட்டுக் கொள்வான்.

இன்னொரு ஆண்டு கழிந்தது. அவன் தனது வெறுப்பைத் தணித்து உள்ளத்தை அமைதிப்படுத்த சில வழிகளை வைத்திருந்தான்.

எதிர்கால திட்டங்களை கற்பனை செய்து எழுதுவது. கணக்குப் போடுவது என அவன் தனது காலத்தை கழித்தான்.

அவன் எதிர்பார்த்த காலம் அவனுக்காக கதவைத் திறந்தது.

1789 ஆம் ஆண்டு. பிரான்சில் கொந்தளிப்பு உருவானது.

இந்தக் கொந்தளிப்பு திடீரென்று உருவானது இல்லை. பல ஆண்டுகளாகவே மனதுக்குள் புழுங்கிக் கொண்டிருந்தனர் மக்கள். அரசு நிர்வாகத்தின் கொடுமைகள் அத்துமீறின. இதையடுத்து, பதினாறாம் லூயி மன்னருக்கு எதிராக வெளிப்படையாகவே குரல் எழுப்பத் தொடங்கினர்.

உலகின் அரசியலமைப்பை புரட்டிப் போட்ட பிரெஞ்சுப் புரட்சியின் தொடக்க ஆண்டு அது.

கடந்த காலத்தில் லூயி மன்னர் உத்தரவின் பேரில் அடுத்தடுத்து போரில் ஈடுபட்டது பிரான்ஸ். அதன் காரணமாக நிதி நிலைமை மோசமாகியது. அமெரிக்காவில் காலனி நாடுகள் விடுதலைகோரி புரட்சியில் ஈடுபட்டன. பிரான்ஸ் குடியேற்ற

மக்களைப் பற்றிக் கவலைப்படாத பதினாறாம் லூயி

நாடுகளுக்கு லூயி மன்னர் ஆதரவளித்தார். இது, நிலைமையை மேலும் நெருக்கடிக்கு உள்ளாக்கியது.

அப்போதைக்கு, பிரான்சின் தேசிய கடன் 200 கோடி லிவ்ரேக்களாக அதிகரித்தது. யுத்தக் கடன்களால் ஏற்பட்ட இந்தச் சமூகச் சுமைகள் பிரான்ஸ் ராணுவத்தின் அடுத்தடுத்த தோல்விகளுக்கு காரணமாகியது.

அதேசமயம், மன்னரும் ஆட்சியாளர்களும் உல்லாசமாக காலங்கழித்தனர். உணவுப் பொருள்களின் விலை அதிகரித்தது.

நாடு முழுவதும் பஞ்சம், பட்டினி தலைவிரித்தாடியது.

கடனைச் சமாளிக்க திறமையான நிதி நிர்வாகம் இல்லை. சமச்சீரற்ற வரிவிதிப்பு முறை மக்கள் மத்தியில் ஆத்திரத்தை உண்டாக்கியது. பணக்காரர்களுக்கு பாதிப்பில் லாமலும், வறுமையில் வாடும் ஏழைகளும் நிலச்சுவான்தார்களும் மேலும் பள்ளத்தில் விழும் வகையிலும் வரிகள் விதிக்கப்பட்டன. முதலாளித்துவ பூர்சுவாக்கள் மீது நிலச்சுவான்தார்கள் வெறுப்படையும் வகையில் பிரான்சின் ஆளும் வர்க்கம் வரிகளை விதித்தது.

நீட்டுகிற சட்டங்களில் எல்லாம் லூயி மன்னர் கையெழுத்திட்டார். அவர் உல்லாச வாழ்க்கையில் திளைத்துக் கிடப்பதாகவும், மக்கள் கஷ்டங்களை அவர் உணரவில்லை என்றும் செய்திகள் பரவின. இது மக்கள் மத்தியில் ஆத்திர நெருப்பை ஊதிப் பெரிதாக்கியது.

பிரான்சு நாட்டில் விவசாய நிலத்தின் பெரும்பகுதி ரோமன் கத்தோலிக்க தேவாலயம் வசம் இருந்தது. அதுவும், அதன் பங்கிற்கு பயிர் வரியை விதித்தது. இந்த வரிவிதிப்பு, அரசின் வரிவிதிப்பால் ஏற்பட்ட பாதிப்பின் கடுமையைக் குறைக்க உதவியது. ஆனால், அன்றாட உணவுக்காக போராட வேண்டியிருந்த ஏழை மக்களின் துயரத்தை அது குறைக்கவில்லை.

வேலையில்லா திண்டாட்டம் அதிகரித்தது. உணவுப் பொருள்களின் விலை மலைப்பூட்டும் வகையில் கூடியதால், பொருளாதாரத்தின் மற்ற பகுதிகள் கவனிப்பாரற்றுக் கிடந்தன.

பட்டினி காரணமாக ஏராளமானோர் நோய்த் தாக்குதலுக்கு

பிரெஞ்சுப் புரட்சியின் உக்கிரமான காட்சிகளில் ஒன்று

ஆளாகி உயிரிழந்தனர். கிட்டத்தட்ட ஐரோப்பா முழுவதுமே பட்டினியால் வாடும் அபாயம் உருவானது. மக்களுக்கு போதுமான உணவுப் பொருட்களை கொண்டுவர சரியான நடவடிக்கை எடுக்கத் தவறிய லூயி மன்னர், வெர்சைல்ஸ் அரண்மனையில் உல்லாசமாக வாழ்க்கையைக் கழித்தார்.

இவை அனைத்தும் பொருளாதாரத் துறையில் ஏற்பட்ட பாதிப்புகள். இவை தவிர, சமூக மற்றும் அரசியல் காரணங்களும் மக்கள் ஆவேசத்தை தூண்டும் வகையில் அமைந்திருந்தன.

அரச குடும்பத்திற்கு வழங்கப்பட்டிருந்த ஏகபோக அரசுரிமையை ஒழிக்க வேண்டும் என்று மக்கள் விரும்பினர். உயர் அதிகாரிகளுக்கும் வர்த்தகர்களுக்கும் பொதுவாழ்வில் தனியுரிமை வழங்கப்பட்டிருந்தது. அவர்கள் புனிதமானவர்களாக கருதப்பட்டனர். அவர்களுக்கு வரிவிலக்கு அளிக்கப்பட்டிருந்தது. அவர்கள் நெதர்லாந்து மற்றும் பிரிட்டனில் உள்ள முக்கியமான வணிக நகரங்களில் மையம் கொண்டு உல்லாச வாழ்க்கை வாழ்ந்தனர்.

மதகுருக்களுக்கு வழங்கப்பட்டிருந்த சிறப்பு ரிமைகளுக்கு கடும் எதிர்ப்பு உருவானது. மத சுதந்திரத்திற்கு அனுமதி வேண்டும் என்ற கோரிக்கை எழுந்திருந்தது. நகர்ப்புற மதகுருக்கள் காட்டிய பாரபட்ச போக்கை எதிர்த்து கிராமப்புற மதகுருக்கள் போராட்டத்தில் ஈடுபட்டனர்.

புராட்டஸ்டன்ட் பெரும்பான்மை மக்கள், பிரான்சின் அனைத்துத் துறைகளிலும் கத்தோலிக்கர்களே ஆதிக்கம் செலுத்தியதை எதிர்த்தனர்.

பிரான்சை விடுவித்து குடியரசாக அறிவிக்க வேண்டும் என்ற கோரிக்கை வலுத்திருந்தது.

மக்கள் பிரதிநிதிகள் என்ற செல்வாக்குடன் மன்னரின் நிதி ஆலோசகர்களாக செயல்பட்ட ஜாக்கஸ் நெக்கர், ஏ.ஆர்.ஜே. டர்கோட் உள்ளிட்டோரை நீக்கிய மன்னர் மீது மக்கள் ஆத்திரமடைந்து இருந்தனர்.

இந்தப் பிரச்சினைகளுக்கெல்லாம் சரியான தீர்வு காண லூயி மன்னரும் அவருடைய ஆலோசகர்களும் தவறிவிட்டனர். மக்களை அடக்கி ஒடுக்கிவிடலாம் என்ற அவர்களுடைய நினைப்பு தவறாகிவிட்டது. மக்கள் எழுச்சி மாபெரும் அலைகளாய் அரண்மனையையும், அதிகார வர்க்கத்தின் அனைத்து அரண்களையும் மோதத் தொடங்கியது.

பிரான்சில் அரசு நிர்வாக அமைப்பு மூன்று சபைகளாக

புரட்சியாளர்கள் ஏற்படுத்திய நாடாளுமன்றத்தை கூட்ட அனுமதிக்காததால் டென்னிஸ் கோர்ட்டையே நாடாளுமன்றமாக மாற்றினர்

பிரிக்கப்பட்டு இருந்தது.

அவை மூன்று எஸ்டேட்டுகள் என்று அழைக்கப்பட்டன.

முதல் எஸ்டேட்டில் மதகுருமார்களின் பிரதிநிதிகளும், இரண்டாவது எஸ்டேட்டில் உயர்குடிமக்களின் பிரதிநிதிகளும், மூன்றாவது எஸ்டேட்டில் குடிமக்கள் பிரதிநிதிகளும் இடம்பெற்றிருந்தனர்.

குடிமக்கள் பிரதிநிதிகளுக்கு உரிமை ஏதும் இருக்கவில்லை. அவர்கள் பெயரளவுக்கே இருந்தனர். எந்த ஒரு சட்டத்தையும் நிறைவேற்ற மன்னரின் உத்தரவே போதுமானது. மன்னரின் உத்தரவை ஆதரித்து வாக்களிப்பதே இந்த எஸ்டேட்டுகளின்

வேலை. முதல் இரண்டு எஸ்டேட்டுகளின் விருப்பத்தையே மன்னர் உத்தரவாக பிறப்பிப்பார்.

மக்கள் விருப்பத்திற்கே சட்டம் இயற்ற வேண்டும் என்ற கோரிக்கை வலுப்பெற்று வந்தது. மூன்றாவது எஸ்டேட்டில் குடிமக்களின் பிரதிநிதித் துவத்தை இருமடங்காக அதிகரிக்க வேண்டும். அவர்களுக்காகத்தான் அரசு என்று, அப்போதைய நிதியமைச்சர் நெக்கர் வற்புறுத்தினார்.

மதகுருமார்கள், உயர்குடியினர் ஆதிக்கமற்ற மக்கள் பிரதிநிதிகள் பெரும்பான்மையாக இடம்பெற்ற தேசிய நாடாளுமன்றம் அமைக்கப்பட வேண்டும் என்று புரட்சியா ளர்கள் கோரிக்கை விடுத்தனர்.

அவர்களுடைய கோரிக்கை ஏற்கப்பட வில்லை. எனவே, 1789 ஜூன் மாதம் 17 ஆம் தேதி தேசிய நாடாளுமன்றம் அமைக்கப் படுவதாக புரட்சியாளர்கள் அறிவித்தனர்.

அந்த நாடாளுமன்றத்தின் கூட்டம் கூடுவதை தடுக்கும்படி லூயி மன்னர் உத்தரவிட்டார். ராணுவம் குவிக்கப்பட்டது. பொது இடத்திலும் கூடக்கூடாது என்று ஆணை பிறப்பிக்கப்பட்டது.

மதகுருமார்களின் பிரதிநிதிகளிலும், உயர்குடி பிரதிநிதிகளிலும் இருந்த மிதவாதிகள் மக்கள் கோரிக்கையை மதிக்க வேண்டும் என்று அறிக்கைகளை வெளியிட்டனர்.

மூன்றாவது எஸ்டேட் என்றால் என்ன?

அனைத்தும்.

இப்போதுவரை அரசியலில் அதன் பங்களிப்பு என்ன?

ஒன்றுமில்லை.

அது எதை விரும்புகிறது?

சிறிதளவாவது.

இந்த அறிக்கை பிரெஞ்சுப் புரட்சியில் புகழ்பெற்றது.

பாஸ்டில் சிறைக் கோட்டையை புரட்சியாளர்கள் தகர்த்தனர்

ஆண்ட்ரிக்ஸ், அபே சியெஸ் ஆகியோர் மக்கள் கருத்துக்கு ஆதரவாக பிரச்சாரம் செய்தனர்.

தேசிய நாடாளுமன்றம் மக்களுடையது என்று அறிவிக்கப்பட்டது. ஆனால், நாடாளுமன்றம் கூடவிருந்த கட்டிடத்தை ராணுவத்தினர் மூடிவிட்டனர். எனவே, பக்கத்திலிருந்த நிஜமான டென்னிஸ் கோர்ட் ஒன்றில், ஜூன் மாதம் 20 ஆம் தேதி நாடாளுமன்றம் கூடியது.

மக்கள் பிரதிநிதிகளுடன் மதகுருமார்களின் பிரதிநிதிகளில்

பெரும்பான்மையோரும், உயர்குடி பிரதிநிதிகளில் 47 பேரும் சேர்ந்து கொண்டனர்.

இந்த நாடாளுமன்றத்தை ஆதரிப்பதாக பாரீஸ் உள்ளிட்ட பல்வேறு பிரெஞ்சு நகரங்களில் இருந்து செய்திகள் குவிந்தன.

பாரீஸ், வெர்சைல்ஸ் ஆகிய நகரங்களில் ராணுவம் குவிக்கப்பட்டது.

நாடாளுமன்றம் அமைக்கப்பட்டதில் நிதியமைச்சர் நெக்கரின் பங்கு முக்கியமானது. நாடாளுமன்றத்தில் நிறைவேற்றப்படும் பட்ஜெட்டின் அடிப்படையிலேயே மன்னர் குடும்பத்தினர் தங்கள் செலவுகளை அமைத்துக் கொள்ள வேண்டும் என்று நெக்கர் தெரிவித்தார்.

இதையடுத்து அவரை நீக்குவதாக லூயி மன்னர் உத்தரவிட்டார்.

இந்த உத்தரவைத் தொடர்ந்து தீப்பிடித்துக் கொண்டது. பாரீசிலும், வெர்சைல்ஸிலும் புரட்சி வெடித்தது. புரட்சியில் ஈடுபடுகிறவர்களைச் சுட்டுத் தள்ளும்படி உத்தரவிடப்பட்டது. தீவைப்பு, வன்செயல்கள், கொள்ளை என பிரான்ஸ் மூச்சுவிடத் திணறியது.

நெப்போலியனும் கலவரத்தை அடக்கும் பணியில் ஈடுபட்டான்.

புரட்சி உருவாவதற்கான சூழ்நிலை தெரிந்தவுடனேயே, தனது தீவை விடுவிப்பதற்கான காலம் நெருங்கிவிட்டதாக அனுமானித்தான்.

உடனேயே, கோர்சிகாவைப் பற்றிய தனது எண்ணங்களைப் பதிவு செய்து வைத்திருந்த கடிதங்களை, பிரிட்டனில் தஞ்சம் புகுந்திருந்த, விடுதலைப் போராட்டத் தலைவர் பவோலிக்கு அனுப்பி வைத்தான். அப்போது அவனுக்கு 20 வயதுதான் முடிந்திருந்தது.

“நான் பிறக்கும்போது அடிமையாக பிறந்தவன். எனது தொட்டிலைச் சுற்றி கண்ணீருடன் நின்ற மக்களையே பார்த்தேன். நமது தீவை அடிமைப்படுத்திய வரலாறை படிக்கும்போது எனது ரத்தம் கொதிக்கிறது. நமது தாய் மண்ணின் விடுதலைக்காக போராட விரும்புகிறேன். நமது தலைநகரில் இருந்தால், எனது இளமையை முழுக்க முழுக்க நமது மக்களின் விடுதலைக்காக அர்ப்பணிப்பேன். இந்த பணியில் இளைஞனான எனக்கு

ஊக்கமளித்தால் உற்சாகமாக போராட்டத்தைத் தொடங்குவேன். பழைய நாட்களைப் பற்றி உங்களுக்கு நினைவூட்டும்படி எனது தாயார் மேடம் லெட்டிசியா கேட்டுக் கொண்டார். அதனாலேயே இந்தக் கடிதங்களை அனுப்புகிறேன்."

நெப்போலியனின் இந்தக் கடிதங்கள் பவோலிக்கு சந்தோஷத்தை அளிக்கவில்லை என்பதை, அவருடைய பதில் கடிதம் வெளிப்படுத்தியது. இளைஞர்கள் சரித்திரத்தை எழுத முயற்சிக்கக் கூடாது என்று அறிவுரை கூறியிருந்தார்.

ஆனால், பிரான்சில் இளைஞர்கள்தான் மிகப்பெரிய சரித்திரத்தை படைத்துக் கொண்டிருந்தனர்.

ஜூலை மாதம் 14 ஆம் தேதி பாஸ்ட்டில் கோட்டையை முற்றுகையிட்டனர். அங்கிருந்த கைதிகளை விடுவித்தனர். ஏராளமான ஆயுதங்களை அள்ளிச் சென்றனர். கோட்டைக்கு தீ வைத்தனர்.

பாரீசில் புரட்சியில் ஈடுபட்டவர்களை நோக்கி நெப்போலியன் சரமாரியாக சுட்டுக் கொண்டிருந்தான். அதுதான், அவனது முதல் அனுபவம். ராணுவத்தில் சேர்ந்ததில் இருந்து யாரையும் துப்பாக்கியால் சுட்டதில்லை. விருப்பத்துடனேயே சுட்டான். பிரெஞ்சுப் புனிதத்தன்மையை சுட்டுப் பொசுக்குவதாக நினைத்தபடி சுட்டான்.

இந்தச் சமயத்தில் பாரீசிலிருந்து அரச குடும்பத்தினர் வெளியேறிவிட்டனர். உடனேயே, ராணுவத்தினர் புரட்சியாளர்களுக்கு ஆதரவாக திரும்பினர். போராட்டக் காரர்களுக்கு ஆயுதங்களையும் கொடுத்து உதவினர்.

இதையடுத்து, அவனுடைய ஆழ்மனதில் சிந்தனை வேறுவிதமாக ஓடியது.

"ஒரு பிரெஞ்சுக்காரன், இன்னொரு பிரெஞ்சுக்காரனுக்கு எதிராக போராடுகிறான். என்னைப் பொருத்தமட்டில் இவர்கள் அனைவருமே வெளிநாட்டுக்காரர்கள். இவர்கள் எக்கேடு கெட்டால் என்ன? எனது தாய் மண்ணை விடுவிப்பதற்கான நேரம் வந்துவிட்டது."

அடுத்து யோசிக்கவே இல்லை. உடனே, விடுமுறைக்கு விண்ணப்பித்தான்.

நெருக்கடிக்கு மத்தியில் தாய்மண்ணுக்கு வந்த முதல் ஆளாக அவன் கோர்சிகா தீவில் கால் வைத்தான்.

தலைமைப் பண்புக்கு கல்வியும் ஊக்கமும் இருந்தால் மட்டும் போதும் என்று நிரூபித்தவன்

தனிநபராய் சாதனை

ஒரு தேவதூதனைப் போல தாய்மண்ணில் காலடி வைத்தான் நெப்போலியன்.

உடனே தனது மக்களை ஒன்றுதிரட்டும் வேளையில் இறங்கினான். கோர்சிகா தீவில் நெப்போலியனின் குடும்பத்தை அறியாதவர் இருக்க முடியாது. பிரான்ஸ் ராணுவத்தில் துணை லெப்டினன்ட் பொறுப்பு வகித்த நெப்போலியன் தனது மக்கள் மத்தியில் உணர்ச்சிமிகு உரைகளை நிகழ்த்தினான்.

அவனுடைய வார்த்தைகள் ஒவ்வொன்றும் தீவு மக்களின் இதயத்தைத் தொட்டன. பலருக்கு அவன்தான் தங்களுடைய விடுதலையை தீர்மானிக்க வந்தவன் என்கிற நம்பிக்கை ஏற்பட்டது. ஏதேனும் ஒரு வகையில் மாற்றம் வந்தால் சரியென்று பலர் கருதினர்.

அஜாக்சியோ நகரின் அத்தனை வீதிகளிலும் எழுச்சியுடன் ஊர்வலம் நடத்திய அவன்பின்னால் அணிதிரண்டனர் மக்கள்.

20 வயதில் தாய்மண்ணை மீட்க மக்களைத் திரட்டினான்

20 ஆண்டுகள் பிரான்ஸ் நாட்டின் பிடியில் சிக்கித் தவித்த அந்த மக்கள், இதோ கைக்கு எட்டும் தூரத்தில் தங்கள் விடுதலை வந்து விட்டதாக நம்பத் தொடங்கினர்.

"நீங்கள் அனைவரும் சிவப்பு ராணுவ முத்திரையை உடைகளில் அணியுங்கள். என் பின்னால் நம்பிக்கையுடன் அணிவகுத்து வாருங்கள். நான் உங்கள் தலைவனாக வழிநடத்துவேன். நம்மிடமிருந்து பறிக்கப்பட்ட அதிகாரத்தை மன்னரின் படையிடமிருந்து மீட்டுத் தருவேன்."

நெப்போலியனின் வார்த்தைகளில் மக்கள் மயங்கிக் கிடந்தனர். பிரான்ஸ் படை வீரர்களுக்கு எதிராக அவர்கள் முழக்கங்களை எழுப்பி முன்னேறினார்கள். ஆனால், சிலமணி நேரம்தான். அந்தக் கூட்டத்தை பிரான்ஸ் வீரர்கள் சிதறடித்தனர். நெப்போலியன் உள்ளிட்ட ஏராளமானோரை கைது செய்தனர்.

விடுதலைப் போராட்டத்தின் தலைவனாக தன்னைப் பிரகடனப்படுத்திய நெப்போலியனின் நோக்கம் குறுகிய ஆயுளில் தோற்றுப் போனது.

ஆவேச உணர்ச்சி அவனது ரத்தத்தில் இன்னும் அடங்கவில்லை. ஏதேனும் ஒன்று அவனை சமாதானப்படுத்த நடந்தாக வேண்டும். அது எது?

பிரான்ஸ் நாட்டில் புரட்சி தீவிரமடைந்து வந்த நேரம். கோர்சிகா தீவை கவனிப்பதற்கு அங்கே ஆள் கிடையாது. அரசு நிர்வாகத்தை கவனித்து வந்த எஸ்டேட்டுகள் ஒழிக்கப்பட்டு விட்டன. அதற்குப் பதிலாக தேசிய நாடாளுமன்றம் அமைக்கப்பட்டு விட்டது.

இவையெல்லாம் நெப்போலியனுக்கு தெரியும். அந்தத் துணிச்சலில்தான் கோர்சிகா தீவுக்கு வந்தான். இப்போது கைது செய்யப்பட்டுள்ள நிலையில் விடுதலைப் போராட்டத்தில் பங்கேற்ற தனது மக்களின் பிரதிநிதிகள் குழு ஒன்றை அமைத்தான்.

தேசிய நாடாளுமன்றத்திடம் சமர்ப்பிப்பதற்காக பிரகடனம் ஒன்றை தயாரித்தான். மன்னரின் படைவீரர்கள் கோர்சிகா தீவு மக்களை அடக்கி ஒடுக்குகின்றனர். பிரான்ஸ் நாட்டின் அதிகாரத்திலிருந்து பிரிந்து, தனி நாடாக செயல்பட நாங்கள் விரும்புகிறோம். எமது தீவின் மக்களுக்கு ஆயுதங்களை வழங்கி உதவுங்கள் என்று அந்தப் பிரகடனத்தில் கோரப்பட்டிருந்தது.

பிரகடனத்தை தேசிய நாடாளுமன்றத்திற்கு அனுப்பிய பிறகும் சில வாரங்கள் பதிலை எதிர்பார்த்து காத்திருக்க வேண்டியதாயிற்று.

பிரான்ஸ் நாட்டின் ராணுவம் கைது செய்தவர்களை என்ன செய்வதென்று புரியாமல் தவித்தது. பிரான்சில் மன்னராட்சிக்கு எதிராக மாபெரும் புரட்சி நடைபெற்றுக் கொண்டிருக்கிறது. அங்கே போராடும் மக்களுடன் ராணுவமும் இணைந்து விட்டது. கோர்சிகாவிலும் அதுபோன்ற போராட்டம் தான் நடைபெற்றுள்ளது. இவர்களை எப்படி நடத்துவது என்கிற வழிகாட்டுதலுக்காக ராணுவம் காத்திருந்தது.

கடைசியில் பாரீசிலிருந்து தபால் வந்தே விட்டது.

ஆனால், நெப்போலியன் எதிர்பார்த்த பதில் அதில் இல்லை. மாறாக, கோர்சிகா தீவு பிரான்ஸ் நாட்டின் இன்னொரு மாகாணம் என்று அறிவிக்கப்பட்டிருந்தது. தேசிய நாடாளுமன்றத்தின் தலைவருடைய திட்டப்படி கோர்சிகா தீவின் விடுதலைப் போராட்டத் தலைவரான பவோலியும் மற்றவர்களும் அங்கு திரும்ப விதிக்கப்பட்டிருந்த தடை நீக்கப்படுவதாக அறிவிக்கப்பட்டது.

இத்தாலி நாட்டின் கட்டுப்பாட்டிலிருந்த கோர்சிகா தீவை தனி நாடாக பிரகடனம் செய்தவர் பவோலி. ஆனால், போராட்டத்தை சமாளிக்க முடியாமல் தீவை பிரான்சுக்கு விற்றது இத்தாலி. அதைத் தொடர்ந்து பிரான்ஸ் ராணுவத்திடம் தோல்வியடைந்த விடுதலைப் போராட்ட வீரர்கள் வெளிநாட்டுக்கு தப்பி தஞ்சம் புகுந்திருந்தனர்.

இப்போது அவர்கள் நாடு திரும்பத் தடையில்லை என்று பிரான்ஸ் அரசு அறிவித்துவிட்டது. இந்த அறிவிப்பு நெப்போலியனை திருப்திப்படுத்தவில்லை. இன்னமும் கோர்சிகா தீவு மக்கள் பிரெஞ்சுக்காரர்களாகவே கருதப்படுவார்கள் என்கிற நினைப்பு அவனை வாட்டியது.

அதன்பிறகும் ஆவேசமான அறிக்கைகளை எழுதி விநியோகித்தான். அஜாக்சியோ நகர கவுன்சிலுக்கு நடைபெற்ற தேர்தலில் தனது மூத்த சகோதரன் ஜோசப்பை நிறுத்தினான். கோர்சிகா தீவின் வரலாற்றை எழுதும் பணியையும் தொடர்ந்தான்.

மாபெரும் விடுதலைப் போராட்டத் தலைவர் என்று பவோலியை தனக்கு அறிமுகம் செய்திருந்த தாயிடம் வந்தான். 20 ஆண்டுகளுக்குப் பிறகு தாய் நாட்டுக்கு வரும் அவர், தாய்நாட்டின் நிரந்தரமான விடுதலைக்கு என்ன செய்யப் போகிறார்? என்று வினவினான்.

ஆனால், அவன் எதிர்பார்த்தபடி அவரிடம் பெரிய மாறுதல் ஏதும் இல்லை. இருவரும் அமர்ந்து பேசும் போதும், குதிரை சவாரி செய்யும் போதும் நிறைய பேசினார்கள். அப்போதெல்லாம் நெப்போலியனை பேச விட்டு கவனித்தார் பவோலி. 19 வயது இளைஞனுக்குள் இருந்த கனலை தெரிந்து கொண்டார்.

"ஆசியா வரை தனது ஆதிக்கத்திற்குள் கொண்டு வர திட்டமிடும் இவன் தனக்கு போட்டியாக உருவெடுத்து விடுவான்" என்ற முடிவுக்கு வந்தார்.

அவனிடம் எச்சரிக்கையாகவே இருக்க வேண்டும் என்று நினைத்துக் கொண்ட பவோலி, "நீ ரோம சாம்ராஜ்யத்தை,

ஆதனூர் சோழன் 51

வரலாற்று அறிஞர் புளுடார்ச் எழுதிய நூல்களை நிறைய படித்திருக்கிறாய். அந்தப் பாதிப்பில்தான் இப்படியெல்லாம் கற்பனை கலந்து பேசுகிறாய்" என்றார்.

நெப்போலியனுக்கு அவருடைய கணிப்பு உண்மைதான் என்று உடனடியாக புரிந்தது. ஏனென்றால் புளுடார்ச்சின் ரோமானிய ஹீரோக்களை அவன் கரைத்துக் குடித்திருந்தான். அவர்களுடைய படையெடுப்புகளையும், அவர்கள் வகுத்த யுத்த தந்திரங்களையும், அவர்கள் கடைப்பிடித்த நிர்வாக நடைமுறைகளையும் ஆழமாக உள்வாங்கியிருந்தான்.

கோர்சிகா தீவில் முதலிடத்தை பவோலி ஆக்கிரமித்து விட்டார். தனது இடம் எங்கே இருக்கிறது என்று நெப்போலியன் சிந்திக்க தொடங்கினான்.

இங்கே எனக்கு வேலையில்லை. மீண்டும் பிரான்சுக்கு போக

நெப்போலியன் நடத்திய புரட்சியால் நாடு திரும்பிய பவோலி

வேண்டியதுதான் என்று முடிவெடுத்தான். கோர்சிகாவில் பிரிட்டிஷ் நாடாளுமன்ற நடைமுறையைப் பின்பற்றும் அரசமைப்புச் சட்டம் பிரகடனப்படுத்தப்பட்டு விட்டது. இனி விடுதலை என்பது வெறும் கனவுதான் என்று தனது தாய் மாமாவுக்கு எழுதினான் நெப்போலியன்.

தீவிலிருந்து வேலன்ஸ் நகருக்கு தனது இளைய சகோதரன் லூயிஸை அழைத்துக் கொண்டு வந்து சேர்ந்தான். இப்போது நெப்போலியனின் சம்பளம் 85 பிராங்குகள். இந்த சம்பளத்திற்குள் உணவு, உடை, சகோதரனின் படிப்பு ஆகியவற்றுக்கான செலவுகளை சமாளிக்க வேண்டும். வீட்டுக்கும் பணம் அனுப்ப வேண்டும்.

இருவரும் தங்கள் துணிகளை தாங்களே துவைத்துக் கொண்டனர். பணம் என்பது உல்லாசத்திற்கானது அல்ல என்பது நெப்போலியனின் உறுதியான கருத்தாக இருந்தது. ஆனால், இந்த உலகத்தில் தான் திட்டமிட்ட வழியில் தடையின்றி பயணம் செய்ய பணம் மிகவும் அவசியம் என்று உணர்ந்திருந்தான்.

அந்தச் சமயத்தில் லியோன்ஸ் அகாடமி ஒரு கட்டுரைப்

போட்டியை அறிவித்திருந்தது. சிறந்த கட்டுரைக்கு ஆயிரத்து 200 பிராங்குகள் பரிசாக வழங்கப்படும் என்று அறிவித்திருந்தது. அந்த அறிவிப்பு நெப்போலியனை ஈர்த்தது.

இந்தத் தொகை இருந்தால் கோர்சிகா தீவில் உள்ள தனது மக்களில் பாதி பேருக்கு ஆயுதங்களை வாங்கிக் கொடுத்து விட முடியும் என்றுதான் சிந்தித்தான்.

இந்தப் போட்டிக்காக அவன் எழுதிய கட்டுரை, மனிதர்களின் சந்தோஷத்திற்கு காரணமான அடிப்படை உண்மைகள் எவை? என்பதை விளக்கும் வகையில் இருந்தது. மிகவும் விரிவாக எழுதப்பட்டிருந்த அந்தக் கட்டுரை பரிசுக்கு உகந்ததல்ல என்ற லியோன்ஸ் அகாடமி தள்ளுபடி செய்து விட்டது.

பிரெஞ்சுப் புரட்சி உச்சகட்டத்திற்கு சென்று கொண்டிருந்தது. எங்கும் கலவரம், தீவைப்பு. மன்னர் பதினாராம் லூயி அதிகாரத்தை இழந்து தவித்துக் கொண்டிருந்தார். புதிய அரசியல் சட்டத்தில் கையெழுத்திட மறுத்து ஓட முயன்றார். அவரை மக்கள் விரட்டிப் பிடித்து இழுத்து வந்தனர்.

எங்கும் தப்பிவிடாதபடி வீட்டுச் சிறையில் அடைத்தனர். பாஸ்டில் சிறை தகர்ப்பு சம்பவத்தின் இரண்டாம் ஆண்டு கொண்டாட்டம் உற்சாகமாக நடைபெற்று வந்தது. அரசியலில் ஜாக்கப்பின் கிளப் உள்ளிட்ட பல்வேறு குழுக்கள் தொடங்கப்பட்டன.

புரட்சிக்கு எதிரானவர்கள் என்று கருதப்பட்ட அனைவரும், கில்லட்டின் என்ற கொலைக் கருவியை பயன்படுத்தி தலை துண்டிக்கப்பட்டனர். எங்கும் ரத்தச் சகதி. மரண ஓலம். பிரான்ஸ் பதறித் துடித்தது. அமைதியை ஏற்படுத்த எவ்வித நடவடிக்கையும் இல்லை. சட்டம் - ஒழுங்கை நிலைநாட்டவும் நிதி நிலைமையை சீரமைக்கவும் தேசிய நாடாளுமன்றத்தின் விவாதங்கள் மட்டுமே நடைபெற்று வந்தன.

நெப்போலியனுக்குள் மீண்டும் கோர்சிகா தீவை விடுவிக்க வேண்டும் என்ற எண்ணம் உருவானது. இரண்டாவது முறையாக கோர்சிகாவுக்கு புறப்பட்டான்.

புதிய போர்த்தந்திரங்களை கையாள்வதிலும்,
மக்களுக்கு பாதிப்பில்லாமல்,
நாடுகளை கைப்பற்றுவதிலும் நிகரற்றவன்

குடும்பத்தோடு வெளியேற்றம்

பிரான்சில் வன்முறை உச்சகட்டத்திற்கு சென்றுவிட்டது.

அங்கு ஏற்பட்ட புரட்சிக்கு எதிராக மற்ற நாடுகள் ஒன்று சேர்ந்திருந்தன. புரட்சியின் விளைவுகள் தங்களுடைய நாட்டுக்குள் பரவிவிடாமல் தடுக்கும் முயற்சியில் அவை ஈடுபட்டன.

இதற்கு காரணம் இருந்தது. கில்லட்டின் என்ற கொலைகார கருவிக்கு ஆயிரக்கணக்கானோர் பலியாக்கப்பட்டனர்.

மன்னராட்சிக்கு ஆதரவானவர்களை கில்லட்டின் என்ற கொலைக்கருவியில் வைத்து தலையைத் துண்டிக்கும் பயங்கரம் அரங்கேறியிருந்தது.

ஜாக்கபின் என்ற குழுவின் தலைவர் ரோபெஸ்பியரே, இந்தத் தண்டனைதான் புரட்சிக்கு கிடைக்கும் நீதி என்று அறிவித்தார்.

கில்லட்டின்

எப்போது யார் தலை உருளும் என்று தெரியாது.

மன்னர் பதினாறாம் லூயி வீட்டுச் சிறையில் வைக்கப்பட்டிருந்தார்.

அவருக்கும் மரணதண்டனை விதிக்கப்பட்டது. இரண்டு ஆண்டுகள் வீட்டுச் சிறையில் வைக்கப்பட்டிருந்த அவர், 1793 ஜனவரி மாதம் கில்லட்டின் கருவியில் வைத்துக் கொல்லப்பட்டார்.

அவரது தலையை கையிலெடுத்து வெறித்தனமாக கூச்சலிட்டது கூட்டம். அவரது ரத்தத்தை அள்ளித் தெளித்து ஆட்டம் போட்டது.

இந்த இடத்தில் கில்லட்டின் கருவியைப் பற்றி தெரிந்து கொள்வது உபயோகமாக இருக்கும்.

ஜோஸப் கில்லட்டின் என்பவர் இந்தக் கருவியை அப்போதுதான் கண்டுபிடித்திருந்தார். மரணதண்டனையை மிகவும் மனிதத் தன்மையுடன் நிறைவேற்றுவதற்காக இதை வடிவமைத்திருப்பதாக அவர் கூறினார்.

அந்தக் கருவியின் மொத்த எடை 580 கிலோ. 14 அடி உயரத்தில் இரண்டு தூண்கள் இருக்கும். மேலே 40 கிலோ எடையுடன் கூர்மையான கத்தி பொருத்தப்பட்டிருக்கும்.

தண்டனை பெற்றவர் இந்த கருவியின் கம்பங்களுக்கு இடையே உள்ள மேடையில் தலையைக் கவிழ்ந்த நிலையில் படுக்க வைக்கப்படுவார்.

கம்பங்களுக்கு மேலே பொருத்தப்பட்ட கத்தி விசையுடன் இறக்கப்படும். அரைநொடிதான். தண்டனை பெற்றவரின் கழுத்து துண்டாகிவிடும்.

இத்தகைய கருவி பிரெஞ்சுப் புரட்சியின் போது நாடு முழுவதும் ஏராளமானோரின் உயிரைக் கொன்று குவிக்க பயன்படுத்தப்பட்டது.

பிரான்ஸ் நாட்டில் புரட்சிக்குப் பிறகு நிறுவப்பட்ட குடியரசு நிர்வாகத்தை டைரக்டரி என்ற அமைப்பு கவனித்து வந்தது. இதில் முக்கியமான நபராக மேக்சிமில்லியன் ரோபஸ்பியரே செயல்பட்டார். அவரும் அவரது சகாக்களும் புரட்சிக்கு எதிரானவர்களை கொன்று குவிக்கும்படி உத்தரவிட்டிருந்தனர்.

இதன் விளைவு கடும் மோசமாக இருந்தது. பெல்ஜியம், பிரான்ஸ் ஆதிக்கத்திலிருந்து கழன்றுவிட்டது. இத்தாலி, பிரான்சுக்குள் எட்டிப் பார்க்க முயற்சி செய்தது. பிரிட்டன் தனது பங்கிற்கு பிரான்ஸை கபளீகரம் செய்ய திட்டம் வகுத்து வந்தது.

கோர்சிகா தீவு முன்பு போல் இல்லை.

இப்போது அங்கு நிர்வாகப் பொறுப்புகள் மக்கள் கைக்கு வந்துவிட்டன. அஜாக்சியோ நகர கவுன்சிலில் நெப்போலியனின் மூத்த சகோதரர் ஜோசப் செல்வாக்கு மிக்கவராக இருந்தார்.

மத குருவான தாய்மாமா ஃபெஸ்ச் ஜாக்கப்பின் கிளப்பில் உறுப்பினராக இருந்தார். குடும்பத்தின் பொருளாதார நிலை சீரடைந்து இருந்தது.

இருந்தாலும் முழு அதிகாரத்தையும் தனது கையில் வைத்திருந்தார் பவோலி.

பிரான்சை விட்டுக் கிளம்பும் போது தனது அதிகாரிக்கு மிக கவனமாக ஒரு கடிதத்தை அளித்து வந்திருந்தான் நெப்போலியன். எனது விடுமுறையை நீட்டிக்க வேண்டிய கட்டாயம் ஏற்பட்டு விட்டது. எனக்கென்று சில புனிதமான கடமைகள் இருக்கின்றன. அவற்றை நிறைவேற்றுவதற்காக நான் செல்கிறேன். தயவுசெய்து மன்னியுங்கள் என்று எழுதியிருந்தான்.

கோர்சிகா தீவின் தலைமை தளபதி பொறுப்புக்கு தேர்தல் அறிவிக்கப்பட்டிருந்தது. தேர்தல் ஏற்பாடுகள் விறுவிறுப்பாக நடைபெற்று வந்தன. நெப்போலியனின் தாய் சுறுசுறுப்பாக இயங்கிக் கொண்டிருந்தார்.

அவனுடைய வீடு எப்போதும் திறந்தே இருந்தது. கட்சி நண்பர்கள், அனுதாபிகள் என வீடே இரவும் பகலும் கூட்டத்தால் நிரம்பி வழிந்தது. நெப்போலியன் தலைமைத் தளபதி பொறுப்பை கைப்பற்ற வேண்டும் என்று அவனுடைய குடும்பத்தினரும், ஆதரவாளர்களும் தீவிரமாக வேலை செய்தனர்.

தேர்தல் முடிந்தது. நெப்போலியனுக்கு இரண்டாவது இடம் தான் கிடைத்தது. பவோலி கோர்சிகா தீவின் தலைமைத் தளபதியாகவும், நெப்போலியன் துணைத் தளபதியாகவும் நியமிக்கப்பட்டனர்.

இப்போது நெப்போலியனுக்கு புதிய சங்கடங்கள் உருவாயின. பிரெஞ்சு ராணுவத்தில் பணிபுரியும் லெப்டினன்ட் கோர்சிகா தீவின் தலைமை துணைத் தளபதியாக பொறுப்பேற்றிருப்பது சரியா? தனது நியமனம் தொடர்பான அரசு ஆவணங்களை பவோலி பிரான்சுக்கு அனுப்பிவிட்டால் என்ன செய்வது? பிரெஞ்சு ராணுவ பதவியிலிருந்து விலகி விடலாமா? என்றெல்லாம் யோசித்தான்.

அவன் படித்த தளபதிகளின் வரலாறு, எப்போதும் வெளிப்படையாக இருப்பது நல்லது என்று சுட்டிக் காட்டியது. உடனே வேலன்ஸ் நகரத்தின் தனது ராணுவ பிரிவு தளபதிக்கு

பதினாறாம் லூயி மன்னரின் தலையை துண்டித்தனர்

கடிதம் எழுதினான்.

"கோர்சிகா எனது சொந்த தீவு. எனது மக்கள் கவுரமான பொறுப்பை அளித்து தங்கியிருக்க வேண்டும் என்று வற்புறுத்துகிறார்கள். அதற்காகத்தான் பிரான்சிலிருந்து என்னை வரவழைத்திருக்கிறார்கள். கடமையைப் பொறுத்தமட்டில் எவ்வித சமரசத்திற்கும் இடமில்லை. இத்தகைய சிக்கலான சூழ்நிலையை மனதில் கொண்டு எனது பதவியை ராஜினாமா செய்கிறேன்" என்று எழுதியிருந்தான்.

அவனது ராஜினாமா கடிதத்தை ஏற்று பிரான்ஸ் ராணுவ அதிகாரிகள் அவனுடைய கணக்கை முடித்துக் கொடுத்தனர்.

அவனுடைய நேரம் நெருங்குவதை உணர்ந்தான். நீண்ட காலமாக அவன் கண்ட கனவை நனவாக்க விரிவான திட்டங்களை வகுத்தான்.

ஆனால் கோர்சிகா தீவில் அவனுடைய பொறுப்பு மிகவும் சிறியது. பெரிய அதிகாரம் எதுவும் அவனிடம் இல்லை. இருந்தாலும் அஜாக்சியோ நகரின் பூர்வ குடியினர் மற்றும் தேசிய பாதுகாப்பு படையினரின் ஆதரவு ஆகியவற்றை பெற்று விடலாம் என்ற நம்பிக்கை அவனது எண்ணத்தை வலுப்படுத்தியது.

கோர்சிகாவை பாதுகாக்க வந்தவன் என்கிற தோற்றத்தை

உருவாக்கும் வேலையில் அவன் ஈடுபட்டான். பவோலி மக்கள் செல்வாக்கு பெற்ற ஒரு தலைவராகவே இருந்தார். பிரான்ஸ் ராணுவத்தை எதிர்க்கும் ஆற்றல் அவரிடம் இல்லை. கோர்சிகாவை முழுமையாக விடுதலை பெற்ற நாடாக தன்னால் மட்டுமே மாற்ற முடியும் என்று நெப்போலியன் நம்பினான்.

புதிதாக தனி அதிகாரம் பெற்ற தனது தீவை முழுமையாக விடுவிக்க திடீர் புரட்சி ஒன்றுதான் வழி என்று முடிவெடுத்தான். 1792ம் ஆண்டு ஈஸ்டர் திருநாளில் திடீர் புரட்சி வெடித்தது. என்ன நடக்கிறது என்பதை புரிந்து கொள்வதற்குள் தீவு முழுவதும் கலவரம் பற்றியது.

நெப்போலியனின் வீரர்கள் மீது சரமாரியாக குண்டுகள் பாய்ந்தன. அஜாக்சியோ கோட்டையை முற்றுகையிடும் நோக்கம் நிறைவேறவில்லை.

நெப்போலியனுக்கு எதிராக பிரான்ஸ் அரசிடம் புகார் செய்யப்பட்டது. ஆயுதப் புரட்சியில் ஈடுபட்டதாக குற்றம் சாட்டப்பட்டது. நெப்போலியனின் இந்த நடவடிக்கை பவோலிக்கு அதிர்ச்சியளித்தது. அவனை ஓரங்கட்ட வேண்டுமென்றால், பிரான்ஸ் அரசுக்கு தனது விசுவாசத்தை வெளிப்படுத்தி விட வேண்டுமென்று பவோலி கருதினார்.

"பவோலி, எனக்கு எதிராக நீங்கள் திரும்பினால், உங்களுக்கு எதிராக நான் திரும்புவேன். உங்களுடைய நிலையை கவனமாக தீர்மானியுங்கள். பாரீசிலிருந்து எனக்கு எதிராக எதுவும் வரப்போவதில்லை. அங்கே நிலவும் குழப்பத்தை தணிக்கவே ஆளில்லை."

இப்படியாக நெப்போலியன் மனதுக்குள் கூறிக் கொண்டான். பிரான்சில் உள்ள பிரமுகர்களை சந்திப்பதற்காக அவன் புறப்பட்டான்.

பிரான்சின் வீதிகள் அனைத்தும் வெறுமையாகக் கிடந்தன. நெப்போலியனை பொறுத்தமட்டில் அந்த நாட்டின் லெப்டினன்ட்டாக பணிபுரிந்தவன். கோர்சிகா தீவின் தலைமை துணை தளபதி பொறுப்பு வகித்தவன். அவன் மீது இப்போது சாட்டப்பட்டுள்ள குற்றங்கள் மிகவும் தீவிரமானவை. அவனுக்கு எதிராக தீர்ப்பு வந்தால் அவனுடைய எதிர்காலம் பாழாகிவிடும்.

இப்போது அவனுக்கு இருந்த ஒரே நம்பிக்கை பிரான்ஸ் நாட்டின் ஜாக்கப்பின் கிளப் உறுப்பினர்கள்தான். ஜாக்கப்பின் கிளப்பில் இரண்டு பிரிவுகள் இருந்தன. ரோபஸ் பியரே தலைமையிலான குழுவில் நெப்போலியன் இணைந்தான்.

சாலிசெடி ரோபெஸ்பியரே

பிரான்சில் நிலவும் குழப்பமான சூழ்நிலைக்கு மத்தியில் தனக்கு எதிராக எவ்வித நடவடிக்கையும் எடுக்கப்பட்டு விடாது என்ற நம்பிக்கையுடன் நெப்போலியன் கோர்சிகாவுக்கு வந்தான்.

கோர்சிகாவை சேர்ந்தவர் சாலிசெடி. பாரீசில் நடைபெற்ற மாநாடு ஒன்றில் கோர்சிகா தீவு சார்பாக பங்கேற்கும் பிரதிநிதிகள் குழுவில் சாலிசெடி இடம்பெற்றிருந்தார். இவர் பவோலிக்கு எதிரானவர். அதனாலேயே நெப்போலியனுக்கு நண்பரானவர்.

கோர்சிகாவில் அமைக்கப்பட்டிருந்த ஜாக்கப்பின் கிளப் இரண்டாக பிளவுபட்டிருந்தது. பவோலி மிதவாதி என்று பெயரெடுத்து விட்டார். தீவின் அதிகாரத்தை யார் வைத்துக் கொள்வது என்பதில் கடும் போட்டி உருவாகியிருந்தது. தீவு முழுவதும் மக்கள் கைகளில் ஆயுதங்கள் வழங்கப்பட்டிருந்தன. ஒவ்வொருவரும் தங்களை மன்னராகக் கருதும் போக்கு உருவாகியிருந்தது.

சிதறிக் கிடந்த தனது ஆதரவாளர்களை ஒன்று திரட்டும் வேலையில் ஈடுபட்டான் நெப்போலியன். பாரீசில் மாநாடு நடைபெற்றுக் கொண்டிருந்த சமயத்தில் கோர்சிகாவில் புரட்சியில் ஈடுபட்டான் நெப்போலியன்.

இதையடுத்து பவோலியை கைது செய்யும்படி பாரீசிடமிருந்து உத்தரவு வந்தது. பவோலி கைது செய்யப்பட்டவுடன் நிலைமை

நெப்போலியனுக்கு எதிராகத் திரும்பியது. தீவின் விடுதலைக்காக முதன்முதலில் குரல் கொடுத்தவர் என்ற அனுதாபம் பவோலிக்கு ஆதரவாகத் திரும்பியது.

இப்போதும் நெப்போலியன் தோல்வியைச் சந்தித்தான். பாரீஸ் மாநாட்டுக்கு ஆதரவானவன் என்று தன்னை வெளிப்படுத்தினான். அவர்கள் குழம்பினார்கள். பவோலி, நெப்போலியன் இரட்டை வேடம் போடுவதாகக் கருதினார். தன்னையும், பிரான்ஸ் அரசையும் குழப்ப நெப்போலியன் முயற்சி செய்வதாக நம்பினார்.

தனக்கு ஆதரவளிக்கும்படி பிரிட்டனிடம் கேட்டார் பவோலி. நிலைமை விபரீதமாக மாறிக்கொண்டிருந்தது.

இதனிடையே நெப்போலியனின் வீட்டுக்குள் எதிரிகள் ஊடுருவினர். பொருட்களை நாசம் செய்தனர். இப்படியெல்லாம் நடக்கும் என்று நெப்போலியன் குடும்பத்தினர் எதிர்பார்த்தனர். எனவே முன்கூட்டியே அவர்கள் வீட்டைவிட்டு வெளியேறியிருந்தனர்.

சில மணி நேர அவகாசத்தில் நெப்போலியனின் குடும்பம் கோர்சிகா தீவை விட்டு வெளியேற வேண்டும் என்று எச்சரிக்கப்பட்டிருந்தது. 1769ம் ஆண்டு பிரான்ஸ் படையினரிடம் கோர்சிகாவின் விடுதலைப்படை தோல்வியடைந்தது. அந்தச் சமயத்தில் நெப்போலியனை வயிற்றில் சுமந்தபடி வனத்திற்குள் புகுந்து உயிர் தப்பியவர் லெட்டிஸியா. இப்போது வளர்ந்து ஆளான தனது மகன்களுடனும், மகள்களுடனும் அதே வனத்திற்குள் புகுந்து கடற்கரையில் நிறுத்தப்பட்டிருந்த கப்பலுக்கு தப்பி வந்தார் லெட்டிஸியா.

கோர்சிகா தீவில் முதன்முதலில் புரட்சிக்கு வழிவகுத்தவன் நெப்போலியன். அவனுடைய திடீர் புரட்சியைத் தொடர்ந்துதான் பவோலி கோர்சிகாவுக்கு திரும்ப முடிந்தது. பிற்போக்குவாதியான அவரது பிடியிலிருந்து மீட்டு, கோர்சிகாவை முழுமையான சுதந்திரம் பெற்ற நாடாக பிரகடனம் செய்வதற்கு நெப்போலியன் போராடினான்.

ஆனால், அவனது குடும்பத்தை நாட்டை விட்டு வெளியேறும்படி உத்தரவிட்டார் பவோலி. அவருக்கு ஆதரவாக மக்கள் செல்வாக்கு இருந்தது. வேறு வழியில்லை. நெப்போலியன் குடும்பம் பிரான்சுக்கு வந்தது.

நெப்போலியனின் குடும்பத்திற்கு சொந்தமான அனைத்து சொத்துக்களும் பறிமுதல் செய்யப்பட்டன. உடுத்திய உடைகள்

மட்டுமே உடமையாகக் கொண்டு, தாய் மண்ணை விட்டே வெளியேற வேண்டிய நிலை ஏற்பட்டது. இது, லெட்டிஸியாவை எவ்வகையிலும் பாதிக்கவில்லை.

தனது மகன்களின் தீரம் குறித்து அவர் பெருமிதமடைந்தார். டூலான் நோக்கி கப்பல் பயணித்தது. இனி பிரெஞ்சுக்காரனாகவே வாழவேண்டிய நிலை ஏற்பட்டு விட்டது.

“பழி தீர்க்கும் உறுதியுடன் எனது பயணத்தை தொடருவேன். பிரான்ஸ் என்னை வலுவானவனாக மாற்றும். காலம் மாறும்போது, கோர்சிகாவின் தலைவனாக நான் மீண்டும் பொறுப்பேற்பேன்” என்று நினைத்துக் கொண்டான் நெப்போலியன்.

குடும்பத்தினர் அனைவரும் பிரான்ஸ் நாட்டின் தெற்கு பகுதியில், மார்செய்ல்ஸ் என்ற நகரிலுள்ள ஒரு வீட்டின் நான்காவது மாடியில் குடியேறினர். அந்த வீட்டின் உரிமையாளர் புரட்சிக்கு எதிராக இருந்ததால் கில்லட்டின் கருவியில் வைத்து கொல்லப்பட்டிருந்தார்.

மார்செய்ல்ஸ் வந்த போது நெப்போலியனின் தாய் 40 வயதைக் கடந்திருந்தார். அவருடன் லூசியன், எலிஸா, பவுலின் ஆகிய மூன்று பேர் மட்டுமே தங்கியிருந்தனர். கரோலினும் ஜெரோமும் தீவில் உள்ள உறவினர்களிடம் இருந்தனர்.

கம்பீரமும்...கனிவும்...
நெப்போலியனை மக்கள் தலைவனாக்கியது

நெப்போலியன் முதன்முதலில் விரும்பிய டிஸைரி

அதிர்ஷ்டமும் ஆபத்தும்

"எனது பிள்ளைகளின் உடைகள் எவ்வளவு மோசமாக இருக்கின்றன"

மார்க்கெட்டிலிருந்து காய்கறிகள் வாங்கிவந்த எலிஸாவையும், பவுலினாவையும் பார்த்து மனதுக்குள் வருத்தப்பட்டாள் லெட்டிஸியா.

மார்செய்ல்ஸ் நகரில் நெப்போலியனின் குடும்பம் மிகுந்த சிரமத்துக்கு இடையே வாழ்க்கையைத் தொடங்கியது.

லெட்டிஸியாவின் மாமா மதகுருவாக இருந்தாலும், மார்செய்ல்ஸ் நகருக்கு வந்தவுடன், பட்டு வியாபாரத்தில் ஈடுபடத் தொடங்கினார்.

மூத்த சகோதரன் ஜோஸப் விரைவிலேயே பட்டு வியாபாரி ஒருவரின் இரண்டு மகள்களில் ஒருவரை திருமணம் செய்து கொண்டான்.

நெப்போலியனுக்கு இன்னும் வழி திறக்கவில்லை. போர்த் தளவாடங்கள் குறித்து தொழில் நுட்பங்களுக்கு ஆள் தேவையா என்று தேடிக் கொண்டிருந்தான்.

அந்த நேரத்தில் டூலான் துறைமுகத்தை பிரிட்டிஷ் கப்பல்கள் முற்றுகையிட்டன.

இந்த முற்றுகையை விலக்க திறமை வாய்ந்த போர்த் தளபதிகள் யாரும் கைவசம் இல்லை. பிரான்ஸை சுற்றி வளைக்கும் நாடுகளின் ராணுவத்தை எதிர்கொள்ளவும் ஆட்கள் இல்லை. இக்கட்டான நிலையில் பிரான்ஸ் சிக்கித் தவித்தது.

இந்தச் சமயத்தில், கோர்சிகா தீவைச் சார்ந்த சாலிசெடி என்பவரை நெப்போலியன் சந்தித்தான். டூலான் முற்றுகையை தகர்ப்பதற்கு திட்டம் வகுக்கும்படி அவர் கேட்டுக் கொண்டார். சாலிசெடி பிரான்ஸ் நாட்டின் டைரக்டரியில் செல்வாக்கு மிக்கவராக இருந்தார். எனவே, அவருடைய வேண்டுகோளை ஏற்று டூலான் துறைமுகத்திற்கு நெப்போலியன் சென்றார்.

துறைமுகத்தை நன்கு பார்வையிட்ட அவன், எங்கெங்கே பீரங்கிகளை வைத்து, எப்படித் தாக்குதல் நடத்தினால் பிரிட்டிஷ் படை திணறும் என்று திட்டம் தீட்டினான். பிறகு தனது திட்டத்தை

டூலான் துறைமுக முற்றுகை தகர்ப்பு

அரசுக்கு தெரிவித்தான்.

அந்தச் சமயத்தில், டூலான் துறைமுகத்தை மீட்கும் படைப்பிரிவுக்கு யுத்த ஞானம் ஏதுமில்லாத, ஓவியத்தில் ஈடுபாடுள்ள ஒருவர் தளபதியாக நியமிக்கப்பட்டிருந்தார்.

டூலானில் குவிக்கப்பட்டுள்ள படைப்பிரிவுகள் ஒட்டுமொத்தமாக தாக்குதல் நடத்தினால் மட்டுமே பிரிட்டிஷ் படையை விரட்டியடிக்க முடியும் என்று நெப்போலியன் கூறியிருந்தான். ஆனால், அவனது யோசனையை

படைத்தளபதிகள் யாரும் கேட்கவில்லை.

அவர்களது விருப்பப்படியே தாக்குதலை தொடங்கினர். ஆனால், அந்தத் தாக்குதல் பலனளிக்கவில்லை. அதைத் தொடர்ந்து ராபர்ஸ்பியரேவின் சகோதரர் நெப்போலியனின் திட்டத்தை அமுல்படுத்தி பார்க்கும்படி கூறினார்.

இது நல்ல பலன் அளித்தது. அவனது திட்டம் வெற்றி பெற்றது. பல முனைகளிலிருந்தும் ஒரே சமயத்தில் நடைபெற்ற தாக்குதலை எதிர்கொள்ள முடியாமல் பிரிட்டிஷ் கப்பல்கள் பின்வாங்கி ஓடின.

வெற்றி ஒன்றையே இலக்காக வைத்து, பிரிட்டிஷ் படையை விரட்டியடித்த நெப்போலியனின் பெயர் ஒரே நாளில் பிரான்ஸ் முழுவதும் பரவியது. அவன் மட்டுமே இதற்குக் காரணமல்ல என்றபோதும், திட்டத்தை வகுத்தவன் என்ற அளவில் அவனுடைய ஆற்றல் பரவலான பாராட்டுதல்களைப் பெற்றது.

நெப்போலியனின் எழுச்சி இளம் வீரர்கள் பலரை அவன்பால் ஈர்த்தது. அவனுடன் இணைந்தால் தாங்களும் புகழ்பெற முடியும் என்று நினைத்தனர். மர்மோண்ட், ஜூனோட் உள்ளிட்ட பல இளம் அதிகாரிகள் அவனுடன் இணைந்து பணியாற்ற விருப்பம் தெரிவித்தனர்.

அவர்களை தனது உதவியாளர்களாக நியமித்த நெப்போலியன் 16 வயதே நிரம்பிய தனது சகோதரன் லூயிஸையும், தன்னுடன் சேர்த்துக் கொண்டான். லூயிஸ், அவனுடைய பங்கிற்கு ஒரு குழுவை அவன் சேர்த்து வைத்திருந்தான்.

அந்த டிசம்பர் மாதம் நெப்போலியனுக்கு கிடைத்த புகழ் அவனை பிரான்ஸ் நிர்வாகம் அடையாளம் காண உதவியது. டூலானைத் தொடர்ந்து நைஸ் துறைமுகத்திலும் அவனுடைய பணி தேவைப்படுவதாக அரசு அதிகாரிகள் தெரிவித்தனர்.

அதைத் தொடர்ந்து நெப்போலியன் டூலான் முதல் நைஸ் துறைமுகம் வரை கடற்கரை பாதுகாப்பு தொடர்பாக ஆய்வுகளை மேற்கொண்டார். இத்தாலியுடனான எல்லைப் பிரச்சனைகளுக்கு தீர்வு காண அவனுடைய ஆய்வுகள் உதவும் என்று எதிர்பார்க்கப்பட்டது.

அரசுமுறை விவகாரங்களில் நெப்போலியன் முதன்முறையாக தலையிட இது வாய்ப்பாக அமைந்தது. அந்தப் பகுதிகளில் நியமிக்கப்பட்டிருந்த பிரான்ஸ் அரசின் பிரதிநிதிகள் புரட்சிக்கு மனப்பூர்வமான விசுவாசத்துடன் இருக்கிறார்களா? அல்லது எதிராக இருக்கிறார்களா? என்பதையும் அவன் அறிந்து சொல்ல வேண்டும்

ஆதனூர் சோழன் 69

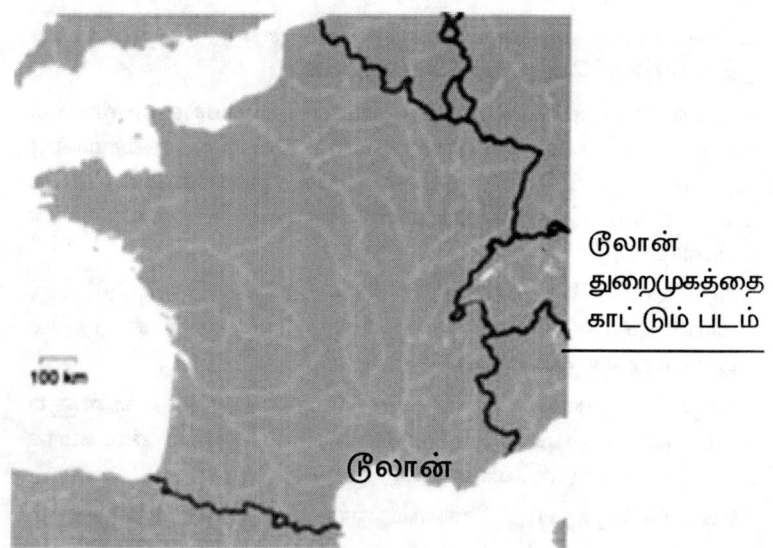

டூலான்

டூலான் துறைமுகத்தை காட்டும் படம்

என்று உத்தரவிடப்பட்டிருந்தது.

ராஜிய உறவுமுறைகளைப் பற்றி மட்டும் அவன் மதிப்பிடவில்லை. அவனுடைய கூர்மையான கண்கள் ராணுவத் தளவாடங்கள் எவ்வாறு பொறுத்தப்பட்டுள்ளன என்பதையும் சேர்த்துக் கணக்கிட்டன. பிறகு நைஸ் நகருக்கு திரும்பிய அவன் தனது அறிக்கையை எழுதி அனுப்பினான். ஆனால், முன்னெச்சரிக்கை ஏதுமின்றி உடனடியாக கைது செய்யப்பட்டான்.

இதனிடையே பிரான்சில் மிகவும் செல்வாக்கு பெற்றிருந்த ரோபர்ஸ்பியரே கைது செய்யப்பட்டு கில்லட்டின் கருவியில் வைத்து கொல்லப்பட்டார். குற்றம் சாட்டுவதற்கும், கொலை செய்வதற்கும் ஆட்களை தேடி அலைந்து கொண்டிருந்தனர். ரோபர்ஸ்பியரேவின் குழுவைச் சேர்ந்தவர்கள் குறி வைத்து கொல்லப்பட்டு வந்தனர். ஜனோவாவுக்கு ரகசிய தூதுவனாக அனுப்பப்பட்டிருந்த நெப்போலியனின் பெயர் அவர்களுடைய நினைவுக்கு வந்தது. எனவேதான் அவனை கைது செய்து பாரீசுக்கு கொண்டு வர உத்தரவிட்டனர்.

நைஸ் அருகே உள்ள கேரீ கோட்டையில் நெப்போலியன் சிறை வைக்கப்பட்டிருந்தான். அவனிடமிருந்த ஆவணங்கள் அனைத்தும் பறிமுதல் செய்யப்பட்டன. அன்று அவனுக்கு 25வது பிறந்தநாள்.

“உங்களை கொல்லப்போவது நிச்சயம். எனவே, இங்கிருந்து

தப்புவதற்கான வழியைப் பாருங்கள்” என்று அவனுடைய உதவியாளர்கள் யோசனை தெரிவித்தனர்.

எத்தனை திட்டங்கள் வகுத்தோம். எப்படியெல்லாம் முயற்சி செய்தோம். அத்தனையும் வீணாகி விட்டனவா? நமது வாழ்க்கை இத்துடன் முடியப் போகிறதா? கோர்சிகாவையும் மீட்க முடியவில்லை. பிரான்சிலும் முன்னேற முடியவில்லை. என்ன செய்யலாம்?

நெப்போலியனின் மனதுக்குள் சிந்தனை ஓட்டம் தறிகெட்டது. ரோமானிய சரித்திர அறிஞர் புளூடார்ச் இதுபோன்ற சமயத்தில் என்ன யோசனை சொல்கிறார்?

எதையும் தனக்கு சாதகமாக பயன்படுத்திக் கொள்ளும் மனப்பக்குவம் வேண்டும் என்கிறார். சரி, நாமும் சாதகமாக பயன்படுத்திக் கொள்வோம் என்று முடிவெடுத்தான்.

சிறையிலிருந்தபடி பிரான்ஸ் நிர்வாகத்திற்கு ஒரு கடிதம் எழுதினான்.

“எனது மனசாட்சிக்கு விரோதமாக எந்தத் தவறும் செய்யவில்லை. ரோபர்ஸ்பியரேவின் துயரமான மரணத்தால் நான் பாதிக்கப்பட்டிருக்கிறேன். அவரை மனப்பூர்வமாக நம்பினேன். அவரை விரும்பவும் செய்தேன். ஒரு தந்தையைப் போல அவரை நான் கருதினேன். என்னை கைது செய்யும்படி உத்தரவிட்ட நிர்வாகக்குழு மீது எந்தப்புகாரும் செய்யப்போவதில்லை. அது என்ன முடிவெடுத்தாலும் ஏற்றுக் கொள்கிறேன். ஆனால், நான் சொல்வதை மட்டும் கேளுங்கள். எனது விலங்குகளை உடைத்தெறியுங்கள். தேசபக்தர்கள் வரிசையில் என்னையும் சேருங்கள். எனது நாட்டுக்காக உயிரை இழக்கவும் தயாராக இருக்கிறேன் என்பதை மட்டும் கணக்கில் எடுத்துக் கொள்ளுங்கள்”

நெப்போலியனின் கடிதம் பாரீஸ் மாநாட்டுக்கு வந்து சேர்ந்தது. அடுத்த ஒரு வாரத்தில் அவன் விடுவிக்கப்பட்டான். சாலிசெடி அவனுடைய விடுதலைக்கு காரணமாக இருந்தார்.

“எது எப்படி இருந்தாலும் நமது ராணுவத்திற்கு அவன் தேவைப்படுகிறான்” என்று நிர்வாக உறுப்பினர்களை சாலிசெடி சமாதானப்படுத்தி இருந்தார்.

தனது மூத்த சகோதரன் ஜோசப் வாழ்க்கையில் நிலை பெற்று விட்டான். பட்டு வியாபாரி ஒருவரின் மூத்த மகளுடன் அவன் குடும்பம் நடத்தி வந்தான். அவனைப் போல தானும்

ஜோஸப் போனபார்ட்

குடும்பஸ்தனாகி விடலாம் என்ற முடிவுக்கு நெப்போலியன் வந்தான். ஜோசப்பின் மைத்துனி டிசைரியை திருமணம் செய்து வைக்கும் படி அவன் கேட்டான்.

டிசைரியை திருமணம் செய்யும் நோக்கத்துடன் நெப்போலியன் பல்வேறு முயற்சிகளில் ஈடுபட்டான். அவனுடைய எதிர்காலம் மீது டிசைரியின் உறவினருக்கு நம்பிக்கை இல்லை. தொடக்கத்திலிருந்தே தனிமையில், கற்பனை உலகத்தில் வாழ்ந்து பழகிவிட்ட நெப்போலியன் தனது சிரமங்களுக்கும், குழப்பங்களுக்கும் திருமணம் ஒன்றுதான் நல்ல முடிவாக இருக்க முடியும் என்று நினைத்தான்.

ஆனாலும் திருமணம் தொடர்பாக எந்தவிதமான பதிலும் கிடைக்கவில்லை.

அதுவும் நல்லதுக்குத்தான். பிரான்ஸ் அரசாங்கத்தில் யுத்த விவகாரங்களை கவனிப்பதற்கு தனியாக ஒரு அமைச்சரவை உருவாக்கப்பட்டது.

இத்தாலி போர்முனையில் புதிய மாற்றங்களை ஏற்படுத்த முடியுமா என்று யுத்த அமைச்சகத்தில் விவாதம் தொடங்கியது. அங்கு திறமையாக பணியாற்றக்கூடிய நபர் யார் இருக்கிறார்? என்று அதிகாரிகள் விசாரித்துக் கொண்டிருந்தனர்.

இந்த விசாரணை வெகு நாட்கள் நடைபெற்றது. கடைசியில் யாரோ ஒருவர் நெப்போலியனின் பெயரை பரிந்துரைத்தார். அத்துடன் விசாரணை நிறைவு பெற்றது. யுத்த அமைச்சகத்துக்கு வரும்படி நெப்போலியனுக்கு அழைப்பு அனுப்பப்பட்டது.

பிரான்ஸ் வீரர்கள் மட்டுமல்ல,
மக்களும் நெப்போலியனை நேசித்தனர்

நெப்போலியனை கொள்ளை கொண்டு
பைத்தியமாய் கிறங்கடித்த ஜோஸபின்

பாய்ச்சல் வேக முன்னேற்றம்

நெப்போலியனின் மனம் துள்ளிக் குதித்தது.

தனது ஆற்றலை முழுமையாக வெளிப்படுத்த கிடைத்த வாய்ப்பாக இதைக் கருதினான்.

இத்தாலி கடற்கரை, இத்தாலி போர்முனை ஆகியவை குறித்து அவனுக்கு தெளிவான அறிவு இருந்தது. நீண்ட காலமாக இவற்றைப் பற்றி ஆய்வு செய்திருந்தான்.

ஸர்தினியா, ஆஸ்திரியா ஆகியவற்றுக்கு எதிராக வடக்கு இத்தாலி மீது போர் தொடுக்க விரிவான திட்டத்தை வகுத்திருந்தான். அதைப்பற்றி யுத்த அமைச்சக அதிகாரிகளிடம் பிசிறில்லாமல் விளக்கினான்.

கேட்டவர்கள் வாய்பிளந்து கேட்டுக் கொண்டே இருந்தார்கள். நெப்போலியனின் வார்த்தைகள் தெளிந்த நீரோடை போல வரிசையாக வந்து விழுந்தன.

ஆல்ப்ஸ் மலையின் கணவாய்கள், அங்கு நிலவும் தட்பவெப்பநிலை, விதை விதைக்கும் நேரம், அறுவடை நேரம், ஒவ்வொரு பிரதேசத்தின் நில அமைப்பு, அங்கு மக்கள் தொகை அளவு என்று ஒவ்வொன்றை பற்றியும் நெப்போலியன் அடுக்கிக் கொண்டே போனான்.

பிப்ரவரி முதல் ஜூலை மாதத்திற்குள் லொம்பார்டியேவை கைப்பற்ற வேண்டும். பிறகு ஆஸ்திரியாவிடமிருந்து சக்தி வாய்ந்த மாட்டுவா பிரதேசத்தை பறிக்க வேண்டும். பிறகு இத்தாலிக்கான பிரெஞ்சு ராணுவத்தை வடக்கு நோக்கி நகர்த்த வேண்டும். பிறகு, டைரோலில் ரயின்லாந்து சகோதர ராணுவத்தை இணைத்துக் கொள்ள வேண்டும். அந்தக் கூட்டுப்படை வியன்னாவுக்கு பெரும் மிரட்டலாக அமைய வேண்டும். படைபலத்தை பார்த்து ஆஸ்திரிய பேரரசர் சமாதான உடன்படிக்கைக்கு வருவார். பிரான்ஸ் நாட்டின் நெடு நாளைய கனவு நிறைவேறும்.

நெப்போலியனின் இந்தத் திட்டம் பிரான்ஸ் நாட்டின் ராணுவ அமைச்சரை கிறங்கடித்தது.

“உங்கள் திட்டம் வெகு புத்திசாலித்தனமானது. துணிச்சலானது. இதை நாங்கள் தீவிரமாக பரிசீலனை செய்வோம். இது தொடர்பான உங்களுடைய அறிக்கையை விரிவாக எழுதி குழுவிடம் சமர்ப்பியுங்கள். உங்களுக்குத் தேவையான நேரத்தை எடுத்துக் கொள்ளுங்கள்” என்றார் அமைச்சர்.

“ எனது திட்டம் இப்போதே தயாராக இருக்கிறது. இதோ அரை மணி நேரத்தில் எழுதித் தருகிறேன்”

“என்ன ஒரு அற்புதமான திட்டம் இது!” என்று கமிட்டி உறுப்பினர்கள் வியந்தனர்.

அடுத்த சில நாட்களில் யுத்த நடவடிக்கைக் குழுவில் நெப்போலியன் சேர்த்துக் கொள்ளப்பட்டான். அங்குதான் எல்லா விஷயங்களும் முடிவு செய்யப்படும்.

நெப்போலியனின் நேரம் அப்போதிருந்து தொடங்கியது. அவனுடைய பயணம் தங்குதடையில்லாமல் முன்னேறத் தொடங்கியது.

நெப்போலியனுக்கு 26 வயது முடிந்திருந்தது. 6 வயதிலிருந்து தனிமையில் தவமிருந்து உள்ளத்தில் வடிவமைத்த திட்டங்களை

நிறைவேற்ற இதோ அதிகாரம் கிடைத்து விட்டது. 20 ஆண்டுகளுக்கு மேல் அவன் தனக்குத்தானே போட்டுக் கொண்டிருந்த விலங்கு தகர்ந்தது.

ஓய்வே இல்லாமல் பணியாற்றினான். சின்ன சின்ன விஷயங்களையும் குறிப்பெடுத்துக் கொண்டான். பிரான்ஸ் குடியரசின் அனைத்து ராணுவப் பிரிவுகளைப் பற்றிய ரகசிய அறிக்கைகளை கவனமாக வாசித்தான். அரசின் முன்னணி தலைவர்களை தினந்தோறும் சந்தித்து பேசினான். இது அவனுக்கு முக்கியத்துவத்தை பெற்றுத் தந்தது. நெப்போலியனின் முக்கியத்துவம் மற்றவர்களுக்கும் தெரியத் தொடங்கியது.

அமைச்சகத்துக்குள் நுழைந்து 12 நாட்கள் முடிந்துவிட்டன.

"என்னை துருக்கிக்கு அனுப்புங்கள்" திடீரென்று கோரிக்கை விடுத்தான் நெப்போலியன்.

ஆனால் அவனுடைய வேண்டுகோள் நிராகரிக்கப்பட்டது. ஏற்கெனவே அமைச்சகத்தில் இடம் பெற்றிருந்த சக்தி வாய்ந்த சிலர், நெப்போலியனைப் பார்த்து பயப்படத் தொடங்கியிருந்தனர். இவனை போர்முனைக்கு அனுப்புவதை தவிர்க்கும்படி செய்வதற்கு அவர்கள் முயற்சி செய்தனர். அவர்களுடைய முயற்சிக்கு நெப்போலியன் புதுவிதமாக எதிர்ப்பு தெரிவித்தான்.

வெற்றிகள் அனைத்தையும் தனது உள்ளத்தில் முன்கூட்டியே உறுதிப்படுத்தியிருந்தான். எனவே இப்போது ஆணையிடும் தொனியில் அவனுடைய நடவடிக்கைகள் அமைந்திருந்தன. ஏனென்றால் அவன் இப்போது ராணுவத்தின் தளபதி. தனது விருப்பப்படி செயல்படுவதற்கு அனுமதிக்க வேண்டும். இல்லையென்றால் தான் விலகிக் கொள்வதாகவும் அவன் எச்சரித்தான்.

இருந்தாலும், நெப்போலியனின் கோரிக்கை ஏற்கப்படவில்லை. அதேசமயம் விரைவில் பிரான்சில் நிர்வாக மாற்றம் ஏற்படப் போவதை உணர்ந்திருந்தான். அப்படி நிர்வாகம் மாறும்போது, தனது வளர்ச்சியை தடுக்க முடியாது என்று உறுதியாக இருந்தான்.

அவன் நினைத்தது சரிதான். அரசு நிர்வாகிகளுக்கும் மிதவாதிகளுக்கும் இடையிலான கருத்து வேறுபாடுகள் அதிகரித்தன. அவர்கள் வெளிப்படையாகவே மோதிக் கொள்ளத் தொடங்கினர்.

டுய்லெரிஸ் அரண்மனையில் நடைபெற்ற நாடாளுமன்ற கூட்டத் தொடருக்கு எதிர்ப்பு வலுத்தது. இடதுசாரி மற்றும்

வலதுசாரி குழுக்களுக்கிடையே நடைபெற்ற இந்த மோதலை ராணுவத்தால் கட்டுப்படுத்த முடியவில்லை. அரசுக்கு ஆதரவான படையினர் பலமிக்கவர்களாக இருந்தனர். புரட்சிக்குழுவுக்கு ஆதரவான படை பலமிழந்து இருந்தது.

நாடாளுமன்றத்தின் தலைவராக இருந்தவர், புரட்சிக்கு எதிராக செயல்படுவதாக குற்றம் சாட்டப்பட்டது. அதைத் தொடர்ந்து அவர் கைது செய்யப்பட்டார். நாடாளுமன்றம் நடைபெற வேண்டுமென்றால் புதிய தலைவர் தேவை. கைது செய்யப்பட்டவருக்கு எதிர்குழுவைச் சேர்ந்த ஒருவரை புதிய தலைவராக நியமிக்க முயற்சிகள் நடைபெற்றன.

இந்த மோதல் போக்கு கிளர்ச்சிகளை அதிகரித்தது. எங்கும் வன்முறை தலைவிரித்தாடியது. வன்முறையை கட்டுக்குள் கொண்டுவர தன்னால் முடியும் என்று நெப்போலியன் உறுதியளித்தான். பொறுப்பு அவரிடம் ஒப்படைக்கப்பட்டது.

வேகம்.... வேகம். நெப்போலியன் விரைந்து செயல்பட்டான். படைப்பிரிவை பலப்படுத்தினான். அமைதி உடன்படிக்கைக்கு ஒப்புக் கொள்ள வேண்டும். இல்லையென்றால் சுட்டுத் தள்ளுவோம் என்று அறிவித்தான். அவனுடைய நம்பிக்கைக்கு பாத்திரமான இளம் ராணுவ அதிகாரி முரத் பாரீஸ் நகரின் புறநகர் பகுதிகளிலிருந்து பெரிய பீரங்கிகளை கொண்டு வந்தான்.

நாடாளுமன்ற கூட்டம் நடைபெற்ற அரண்மனையின் முன்பு பீரங்கிகளை நிறுத்தினான். பல மணி நேரம் பதட்டம் நீடித்தது.

அதிகாலை 5 மணிக்கு கோட்டையை சுற்றி முழுமையான பாதுகாப்பு வளையம் அமைக்கப்பட்டு விட்டது. மாநாட்டை தடுப்பதற்கு திரண்டு வந்த கூட்டம் அச்சமூட்டும் வகையில் அதிகரித்தது. நாடாளுமன்றத்தில் உறுப்பினர்கள் மாறி மாறி பேசிக் கொண்டிருந்தனர். கொஞ்சம் அசந்தாலும் மக்கள் கூட்டம் அரண்மனைக்குள் நுழைந்துவிடும் நிலை உருவானது.

வேறு வழியேயில்லை.

"சுடுங்கள்" உத்தரவிட்டான் நெப்போலியன்.

பீரங்கியிலிருந்து முதல் குண்டு வெடித்தது. இந்த முடிவு அவன் தன்னிச்சையாக எடுத்தது.

"இது பிரெஞ்சு மக்களுக்கு எதிரான குற்றம்" என்று எதிரணியினர் குற்றம் சாட்டினர்.

ஆனாலும் பீரங்கிகள் தொடர்ந்து உருமத் தொடங்கின. ஏராளமானோர் உயிரிழந்தனர். மக்கள் கூட்டம் சிதறி ஓடியது.

டுய்லெரிஸ் அரண்மனை முற்றுகை

இரண்டே மணி நேரத்தில் வீதிகள் வெறிச்சோடின.

1789 முதல் ரத்தக் களறியாக இருந்த பாரீஸ் நகரம் கடைசியில் அமைதியானது.

"நாடாளுமன்ற கூட்டத்தை எதிர்த்து திரண்ட கூட்டத்தை அடக்கி விட்டேன். ஏராளமானோரை கொன்று விட்டோம். ராணுவத்தை சேர்ந்த 30 பேர் உயிரிழந்தனர். 60 பேர் காயமடைந்தனர். தேசிய பாதுகாப்புப் படை என்ற பெயரில் இயங்கிய பிரிவினர் வைத்திருந்த ஆயுதங்களை பறிமுதல் செய்து விட்டோம். இப்போது எல்லாம் அமைதியாக இருக்கிறது. சிறு காயம் கூட இல்லாமல் நான் பத்திரமாக இருக்கிறேன். அதிர்ஷ்டம் என் பக்கம்தான். டிசைரிக்கும், ஜூலிக்கும் எனது வாழ்த்துக்கள்!"

தனது சகோதரனுக்கு எழுதிய கடிதத்தில் இப்படி குறிப்பிட்டிருந்தான் நெப்போலியன்.

நெப்போலியனின் முதல் நேரடி வெற்றி இது. ஆனால் எதிரிகள் பிரெஞ்சுக்காரர்கள், போர்க்களம் பாரீஸ் நகரம்.

நெப்போலியன் தனது சகோதரன் ஜோசப்புக்கு எழுதிய கடிதத்தில் இரண்டு விஷயங்கள் தெளிவாயின. அதாவது, அவனுடைய உள்ளம் அதிர்ஷ்டத்தின் மீதும், பெண்ணின் மீதும் நாட்டம் கொண்டிருப்பதையே கடைசி வரிகள் வெளிப்படுத்தின.

இதையே பின்னொரு நாளில் நெப்போலியன் வேறு விதமாக குறிப்பிட்டிருந்தான்.

"எனக்குள் இரண்டு மனிதர்கள் இருக்கின்றனர். தலையுடன் ஒருவர்... இதயத்துடன் ஒருவர்"

நெப்போலியனின் இதயம் காதலுக்காக கசிந்துருகிக் கொண்டிருந்தது. பெண்ணின் துணை தேடி ஏங்கிக் கொண்டிருந்தது என்பதை அவனுடைய வரிகள் தெளிவுபடுத்தின.

நாடாளுமன்ற கூட்டம் நல்லபடியாக நடந்து முடிந்தது. மானத்தைக் காத்த மகராசனாக நெப்போலியனை அரசியல்வாதிகள் தலையில் தூக்கி வைத்து கொண்டாடினார்கள். வெற்றியைக் கொண்டாடும் வகையில் ஏற்பாடு செய்யப்பட்டிருந்த விருந்து நிகழ்ச்சியில் நெப்போலியனைப் பற்றிய ஒவ்வொரு வார்த்தைக்கும் கைதட்டல் எழுந்தது.

ஆனால் அந்தக் கை தட்டலில் நெப்போலியன் மயங்கி விழவில்லை. அவனுடைய உள்ளம் வேறுவிதமாக கணக்கு போட்டுக் கொண்டிருந்தது.

"ஆக, நீங்கள் தான் இந்த தேசத்தின் தலைவர்களா? பீரங்கி சத்தத்தைக் கேட்டவுடன் நடுங்கினீர்கள். நீங்கள் நடுங்கியதை மறந்து விடக்கூடாது. நீங்கள் நடுங்கிக் கொண்டிருக்க வேண்டும். நீங்கள் நடுங்கும் வரை உங்களின் பாதுகாப்பாளனாக நான் இருக்க வேண்டும். என்னுடைய விசுவாசமிக்க ஊழியர்களாக நீங்கள் பணிபுரியும் வரைதான் உங்களை நான் பாதுகாப்பேன்"

நெப்போலியன் தனக்குள் சிரித்துக் கொண்டான்.

நெப்போலியனின் இந்த வெற்றியைத் தொடர்ந்து உள்நாட்டு ராணுவத்தின் தலைமைத் தளபதியாக நியமிக்கப்பட்டான்.

அதிர்ஷ்டவசமாக உச்சாணிக் கொம்பில் ஏறிவிட்ட நெப்போலியனைப் பயன்படுத்தி தாங்களும் உச்சிக்குச் சென்று விட விரும்பிய பல மூத்த அதிகாரிகள் அவன்பின்னால் அணிவகுத்தனர்.

அரசு அதிகாரிகள் தாங்கள் காப்பாற்றப்பட்டு விட்டதாக நிம்மதி அடைந்தனர். அதற்காக நெப்போலியனை பாராட்டினார்கள். ஆனால் மக்கள் கூட்டம் அவன்மீது வெறுப்பு கொள்ளத்

தொடங்கியது. ஆயுதங்கள் இல்லாமல் திரண்ட மக்கள் மீது கொடூரமான தாக்குதல் நடத்தி நூற்றுக்கணக்கானோரை கொன்று குவித்தவன் என்று குற்றம் சாட்டியது.

அதனால் என்ன? அன்பு காட்டுவது எனது நோக்கமல்லவே என்று கூறிக் கொண்டான் நெப்போலியன்.

நெப்போலியனின் வாழ்க்கை வளம் பெற்றது. பணம் குவிந்தது. வேலையாட்கள், வாகனங்கள் வாசலில் காத்திருந்தன.

ஆனால், தனக்கு எதுவும் தேவையில்லை என்று நெப்போலியன் கூறினான்.

தனது உறவினர்கள், தனது சகோதரர்கள் நல்லநிலைக்கு வர வேண்டும். கோர்சிகா தீவில் மகாராணி போல் வாழ்ந்த தனது தாயார் மீண்டும் அப்படி ஒரு வாழ்க்கையை வாழ வேண்டும் என்றே அவன் நினைத்தான்.

இந்தக் காலகட்டத்தில் நெப்போலியனுக்குள் இருந்த காதல் உணர்வு காணாமல் போய் விட்டது. ஆனால் சில வாரங்கள் கழித்து டிசைரி வேறு ஒருவரை திருமணம் செய்து கொண்டதாக நெப்போலியனுக்கு தகவல் வந்தது.

அதைக் கேள்விப்பட்டவுடன் ஜோசப்புக்கு கடிதம் எழுதினான். எனக்கென்று ஒரு குடும்பம் வேண்டும் என்று நான் விரும்பத் தொடங்கி விட்டேன் என்று அதில் குறிப்பிட்டிருந்தான்.

உள்நாட்டு ராணுவத்தின் தலைமை தளபதியாக நியமிக்கப்பட்ட நெப்போலியன், உடனடியாக ஒரு உத்தரவை பிறப்பித்தான். பொதுமக்கள் தங்களிடம் வைத்துள்ள ஆயுதங்களை ஒப்படைத்து விட வேண்டும் என்று அந்த உத்தரவு எச்சரித்தது.

வீடுகள் தோறும் சோதனைகள் நடைபெற்றன. ஏராளமான ஆயுதங்கள் பறிமுதல் செய்யப்பட்டன.

ஒருநாள் நெப்போலியனின் அலுவலகத்திற்கு 12 வயது சிறுவன் ஒருவன் வந்தான். அவன் தனது தந்தை பயன்படுத்திய கத்தி ஒன்றை கொண்டு வந்திருந்தான். நெப்போலியனுக்கு அதிர்ச்சி.

சற்று நேரம் தான். சிறுவனைத் தொடர்ந்து அவனுடைய தாய் வந்தாள். நெப்போலியனுக்கு நன்றி சொன்னாள்.

“என்ன மாதிரி அழகு இது!” - நெப்போலியனின் கண்கள் வியப்பால் விரிந்தன.

தன்னிடம் காதலில் மயங்கிக் கிடந்த நெப்போலியனை,
தனது துரோகத்தால் தெளிவுபடுத்திய ஜோஸபின்

ஆல்ப்ஸ் மலையை மட்டுமல்ல ஆறுகளையும்
தாண்டும் நெப்போலியனின் குதிரை

காதல் வயப்பட்ட நெஞ்சு

ஜோசபின்.

மனதை ஈர்க்கும் எளிமையான அழகு. வலிமையான கண்கள். பார்ப்பவரை சுண்டி இழுக்கும் உடல்வாகு.

12 வயதில் குழந்தையுடன் தனக்கு முன்னால் நிற்கும் அந்த மின்னல் தேவதையை கனப்பொழுது கண் இமைக்காமல் பார்த்தான் நெப்போலியன்.

மேற்கிந்திய தீவுகளில் உதித்த அழகுநிலா ஜோசபின். காப்பித் தோட்டங்களில் பணிபுரிந்த அடிமை வம்சத்தில் பிறந்தவள். அவளுடைய குடும்பம் மிகவும் ஏழ்மையானது.

ஆனால், அவளுடைய அழகுவளம், உயர்குடி வகுப்பைச் சேர்ந்த விகோம்டே அலெக்சாண்ட்ரா என்பவரை கணவராக்கியது.

இருவருக்கும் நீண்டநாள் உறவு நீடிக்கவில்லை. அலெக்சாண்ட்ரா பெண் பித்தனாக இருந்தார். அவருடைய விருப்பத்தை எல்லாம் நிறைவேற்றும் நிலையில் ஜோசபின் இல்லை.

எனவே இருவரும் பிரிய நேர்ந்தது. பிரிந்த பின்னரும் கூட இருவரும் நல்ல நண்பர்களாக நீடித்தனர்.

தனது அழகின் வலிமை ஜோசபின்னுக்கு புரிந்தது. இரண்டு குழந்தைகளுடன் பாரீஸ் நகரில் பல முக்கிய பிரமுகர்களின் கவனத்தை ஈர்த்தாள்.

அவளிடம் பிரான்ஸ் அரசாங்கத்தின் முக்கியப் பொறுப்பில் இருந்த பெரும்பாலான தலைவர்கள் மயங்கிக் கிடந்தனர்.

ஆனால், பிரெஞ்சுப் புரட்சி அவளது வாழ்க்கையை சிதைத்து விட்டது. அவளும், அவளது கணவரும் கைது செய்யப்பட்டனர். கணவரை கில்லட்டின் கத்தி துண்டாடியது. ஆனால் ஜோசபினின் அழகு அவளை காப்பாற்றியது.

மீண்டும் அரசியல்வாதிகளின் அந்தரங்க நாயகியாக வாழ்க்கையைத் தொடர்ந்தாள் ஜோசபின். இப்போது நெப்போலியனின் மீது நீலவிழிப் பார்வையை வீசி நெடுநெடுவென்று நின்று கொண்டிருக்கிறாள்.

அந்த நிகழ்ச்சிக்குப் பிறகு பாரீஸ் நகரின் புறநகர் பகுதியிலிருந்த அவளுடைய வீட்டுக்கு போனான் நெப்போலியன். அவனது கூர்மையான விழிகள் அவளது ஏழ்மை நிலைமையை எளிதில் படம் பிடித்துக் கொண்டன. வறுமைச் சூழ்நிலையில் அந்த அழகு தேவதை தனது வாழ்க்கையை ஓட்ட வேண்டிய கட்டாயத்தில் தள்ளப்பட்டிருப்பதை உணர்ந்து கொண்டான்.

பிரான்ஸ் நாட்டின் மிகப் பெரிய ராணுவ அதிகாரி. 27 வயதே நிரம்பிய இளைஞன். இதையெல்லாம் பார்த்து கலங்குவானா என்ன? உள்ளத்தின் ஆழத்தில் குவிந்திருந்த காதலும், இயக்கமும் பொங்கிப் பிரவகித்தது.

முக்கியப் பொறுப்புக்கு வந்தபிறகு அவனிடம் வந்த ஆண்கள் அனைவரும் அவரவர் தகுதிக்கேற்ற கோரிக்கைகளை முன்வைத்தனர். பெண்களோ தங்கள் தோற்றத்தின் தகுதிக்கேற்ப அவனிடம் யாசகம் கேட்டனர்.

பிரான்ஸ் அரசாங்கத்தில் முக்கிய பொறுப்புவகித்த பர்ராஸ்

ஜோசபின் தனது கதையை நெப்போலியனிடம் கூறினாள். பிரான்சில் வன்முறை வெறியாட்டத்திலிருந்து தன்னை காப்பாற்றியது தனது அழகுதான் என்று வெளிப்படையாகக் கூறினாள்.

"என்னிடம் அழகு இல்லையென்றால் எனது கழுத்து எப்போதோ துண்டாகியிருக்கும். இதோ, என்னிடம் அரசாங்கத்தின் முக்கியத் தலைவர்கள் எல்லாம் வந்து போகிறார்கள். அவர்களை எனது அழகால் மகிழ்விக்கிறேன்" என்றாள் ஜோசபின்.

பிரெஞ்சு டைரக்டரியில் முக்கியப் பொறுப்பு வகிக்கும் பர்ராஸின் பாதுகாப்பில் காலத்தை கழிப்பதாக ஜோசபின் கூறினாள். அவருக்கு ஏற்கெனவே திருமணமாகி இருக்கிறது. இருந்தாலும் சமூகத்தில் பாதுகாப்பு தேவை என்பதை உணர்ந்திருப்பதாகவும் அவள் விளக்கமளித்தாள்.

பர்ராஸின் பெயரைக் கேட்டவுடன் நெப்போலியனுக்குள் பளிச்சென்று ஒரு மின்னல் கீறியது.

பொது பாதுகாப்பு குழுவில் முக்கிய பொறுப்பில் உள்ள பர்ராஸின் உதவி தனது முன்னேற்றத்திற்கு தேவைப்படும் என்று நினைத்தான்.

ஆல்ப்ஸ் மலையின் கணவாய் வழியாக அணிவகுத்த படை

ஜோசபினுக்கு நெப்போலியனின் அறிமுகம் புதிய பெருமிதத்தை ஏற்படுத்தியது. பிரான்ஸ் நாட்டின் முக்கிய பொறுப்புகளை வாரி குவித்துக் கொண்டிருக்கும் அவனுடைய

எதிர்காலம் குறித்து இப்போதே கணக்குப் போட்டாள் ஜோசபின்.

நெப்போலியனை திருமணம் செய்து கொள்ளலாம் என்றே முடிவு செய்து விட்டாள்.

“எனது வீட்டில் நெப்போலியனை நீங்கள் பார்க்கலாம், எனது குழந்தைகளுக்கு அவர் தந்தையாகப் போகிறார், விதவையான எனக்கு கணவராகப் போகிறார். நெப்போலியனின் துணிச்சலை நான் காதலிக்கிறேன். அவருக்குத் தெரிந்துள்ள விஷயங்கள் எனக்கு வியப்பூட்டுகின்றன. அவருடைய செயல்பாடுகளில் அவர் வெளிப்படுத்தும் சக்தி இதுவரை நான் பார்க்காதது. அவருக்குள் இருக்கும் தேடுதல் ஆர்வத்தை யாரிடமும் பார்க்கவில்லை. எடுத்த காரியத்தில் அவர் காட்டும் கவனம் என்னை அதிசயிக்க வைக்கிறது. நான் எனது முதல் இளமைப் பருவத்தை கடந்து விட்டேன். ஆனால் இதோ அவருக்குள் மீண்டும் நான் இளமையாகப் புகுகிறேன். இது பைத்தியக்காரத்தனமாக படுகிறதா?”

நெப்போலியனை சந்தித்தது குறித்து ஜோசபின் இவ்வாறு எழுதி வைத்தாள். அவளுடைய ரசனை மிகுந்த வார்த்தைகள் எவரையும் மயக்கிவிடும். பர்ராஸிடம் அடைக்கலமாக தன்னை ஒப்படைத்திருந்த ஜோசபின் நெப்போலியனை எப்படி திருமணம் செய்ய முடியும்.

ஆனால் வாழ்க்கையில் முதன்முறையாக நெப்போலியன் தன்னை ஜோசபினிடம் ஒப்படைத்துவிட்டான். தனது விருப்பங்கள், ஏக்கங்கள் அனைத்தையும் கொட்டித் தீர்த்து விட்டான். ஜோசபினின் உள்ளத்தை கொள்ளை கொண்டுவிட்டான். அவளோ அவனை முழுமையாக ஆக்கிரமித்து

விட்டாள்.

"நான் உனக்காகத் தான் எழுதுகிறேன். முழுமையாக உன் நினைவுகள் எனக்குள் நிரம்பி வழிகின்றன. உனது சித்திரமும், மயக்கும் அந்த மாலைப் பொழுதும் என் மனதை அமைதியிழந்து தவிக்கச் செய்கின்றன. ஒப்புமை இல்லாத ஜோசபின், நீ இனிக்கிறாய். எனது இதயத்தை என்ன செய்தாய்?" என்றெல்லாம் கடிதம் எழுதி புலம்பித் தீர்த்தான்.

"உனக்கு என்னை கொடுத்த போது... உனது இதழ்களில், உனது இதயத்தில் எனக்குள் எரிந்த தீயின் ஜுவாலைகளை படர விட்டேன். அதனால் என்மீது கோபமாக இருக்கிறாயா? வருத்தப்படுகிறாயா? சுகவீனம் அடைந்து விட்டாயா? நேற்றிரவு எனது உணர்ச்சிகள் கொந்தளித்தன. இன்று மதியம் நீ மீண்டும் தொடங்க வேண்டும். மூன்று மணி நேரத்தில் உன்னை நான் சந்திப்பேன். அப்போதிருந்து உனக்கு நான் ஆயிரம் முத்தங்களை கொடுப்பேன். ஆனால் நீ எனக்கு முத்தம் தரக்கூடாது. ஏனென்றால் உனது முத்தங்கள் எனது ரத்தத்தை எரித்து விடும்"

நெப்போலியன் ஜோசபினுக்கு எழுதிய காதல் கடிதங்கள் அவளை அவன்பால் தீரா மையல் கொள்ளச் செய்தது.

தனது எதிர்காலத் திட்டம் குறித்து ஜோசபினிடம் நெப்போலியன் எதுவுமே சொன்னதில்லை.

"இந்த டைரக்டர்களுக்கு பாதுகாப்பு எனக்குத் தேவையாக இருக்கிறது. அவர்கள் சந்தோஷமாக உணர வேண்டும். என்றேனும் ஒருநாள் என்னை நான் நிலை நிறுத்திக் கொள்வேன். எனது வாளின் உதவியால் என்னுடைய வழியை அமைத்துக் கொள்வேன். நீ என்ன நினைக்கிறாய் ஜோசபின்?" என்று ஒரு கடிதத்தில் வினவியிருந்தான் நெப்போலியன்.

"வெற்றியின் மீது அவருக்குள்ள நம்பிக்கையை இந்த வார்த்தைகள் வெளிப்படுத்தின. தன்னம்பிக்கையின் முழுமையான வெளிப்பாடாக அவர் இருந்தார். அவர் நினைத்ததை அடைவதற்கு என்னால் இயன்ற அனைத்தையும் செய்ய வேண்டும் என்று உறுதி எடுத்துக் கொண்டேன்" என்று ஜோசபின் எழுதி வைத்திருந்தாள்.

ஜோசபின் யாரோ ஒருவருக்கு சொந்தமாக இருந்தாலும் அவளை தனது உடமையாக்கிக் கொள்ள நெப்போலியன் விரும்பினான். தனது முன்னேற்றத்திற்கு அவளால் உதவ முடியும் என்று நிச்சயமாக நம்பினான். அதேசமயம் மற்றவர்களைக் காட்டிலும் அவள் மீது அதிக அன்பு செலுத்தினான். தனது விருப்பத்தை பர்ராஸிடம் தெரிவித்தான். அவரும் ஒப்புக்

கொண்டார்.

1796ம் ஆண்டு மார்ச் மாதம் 2ம் தேதி இத்தாலி ராணுவத்தின் ஒட்டுமொத்த தளபதியாக நெப்போலியன் நியமிக்கப்பட்டான். மார்ச் 6ம் தேதி ஜோசபினுக்கும், நெப்போலியனுக்கும் திருமணம் நடைபெற்றது.

சில நாட்கள்தான் திருமண சுகம். கடமை அவனை இத்தாலி போர் முனைக்கு அழைத்தது. தனது பிரம்மாண்டமான திட்டத்தை நிறைவேற்றும் வெறியுடன் புறப்பட்டான் நெப்போலியன்.

நைஸ் துறைமுகத்தில் நிறுத்தப்பட்டிருந்த இத்தாலி நாட்டுக்கான பிரெஞ்சு ராணுவத்தை வழிநடத்துவதற்காக வந்துசேர்ந்தான்.

அங்கிருந்து சற்றே தனது தலையை சாய்த்துப் பார்த்தான். தூரத்தில் கடல் நடுவே மலைத் தொடர்கள், நீலம் படர்ந்த சித்திரமாக காட்சியளித்தது. இனியும் அந்த மலைத் தொடர்கள் அவனை ஈர்க்கப் போவதில்லை.

அவை, கோர்சிகா தீவின் மலைத் தொடர்கள்.

வெற்றி மீது வெற்றி

பனி உறைந்த சிகரங்களுடன் ஓங்கி உயர்ந்து நீண்டு கிடந்தது ஆல்ப்ஸ் மலை.

அதன் அடிவாரத்தில் குவிந்து கிடந்தனர் இத்தாலி நாட்டுக்கான பிரெஞ்சு ராணுவத்தினர். அவர்கள் அங்கு பல ஆண்டுகளாக எதிரிகளை எதிர்நோக்கி காத்துக் கிடந்தனர்.

மலையின் அந்தப்பக்கம் நெப்போலியனின் தந்தை பிறந்த இத்தாலி நாடு. இந்தப்பக்கம் நெப்போலியனின் புதிய தந்தையர் நாடு.

இத்தாலியை வெற்றி கொள்ள வேண்டும் என்ற பிரான்ஸின் நோக்கம் நீண்ட காலமாக நிறைவேறாமல் கிடந்தது.

இத்தாலி மீது படையெடுப்பதற்காகவும், பிரான்ஸ் நாட்டின் மீது இத்தாலியும், ஆஸ்திரியாவும் படையெடுப்பதை தடுப்பதற்காகவும், ஆல்ப்ஸ் மலையை ஒட்டிய நைஸ் நகர எல்லையில் ராணுவம் குவிக்கப்பட்டிருந்தது.

ராணுவத்தினரை வழிநடத்தி செல்ல தகுதி வாய்ந்த தளபதி இல்லை. அவர்கள் வெறுமனே எல்லைக் காவல்படை வீரர்களாக நின்று கொண்டிருந்தனர். சோம்பேறிகளாய் பொழுதைக் கழித்தனர். தட்பவெப்ப நிலை மாறுதல் அவர்களை பாடாய் படுத்தியது. பிரான்ஸ் நாட்டில் உருவான அரசியல் குழப்பம் அவர்களுக்கு தேவையான உணவுப் பொருட்களுக்குக்கூட தட்டுப்பாட்டை ஏற்படுத்தி இருந்தது.

பலர் நோய்வாய்ப்பட்டிருந்தனர். குதிரைகள் எலும்பும் தோலுமாய் காட்சியளித்தன.

பிரெஞ்சு புரட்சியின் தாக்கம் தங்கள் நாட்டுக்குள் பரவி விடக்கூடாது என்பதற்காக ஆஸ்திரியா, இத்தாலி உள்ளிட்ட நாடுகள் போர் தொடுக்க ஆயத்தமாக இருந்தன.

அப்படி போர் தொடுத்தால் அவர்களை தடுத்து நிறுத்துவதற்காக எல்லையில் பிரெஞ்சுப் படை குவிக்கப்பட்டிருந்தது. அந்தப் படையை இத்தாலிக்குள் வழிநடத்திச் செல்ல நெப்போலியன் மூன்று ஆண்டுகளுக்கு முன்பே திட்டமிட்டிருந்தான்.

அவனுடைய திட்டம் இப்போது தான் நிறைவேறியது.

ஆல்ப்ஸ் மலை அருகில் ராணுவ முகாமுக்கு வந்து சேர்ந்தான் நெப்போலியன்.

"நம்மை வழிநடத்த யாரோ ஒரு திறமையான தளபதியை நியமித்திருப்பதாகச் சொன்னார்கள். வந்திருப்பவரைப் பார்த்தால் மிகவும் இளைஞனாக இருக்கிறார். சரி, வந்தது வந்தார். பணமும், உணவுப் பொருட்களும் கொண்டு வந்திருக்கிறாரா? பார்ப்போம்"

பிரெஞ்சு வீரர்கள் இப்படி பேசிக் கொண்டார்கள்.

ஆல்ப்ஸ் மலையைப் பார்த்தவுடன் கிரேக்க வீரன் ஹன்னிபாலின் சாகசம் நெப்போலியனின் மனதில் படமாக ஓடியது.

கி.மு. மூன்றாம் நூற்றாண்டின் இறுதி காலத்தைச் சேர்ந்த ஹன்னிபால் இத்தாலி மீது படையெடுப்பதற்காக ஆல்ப்ஸ் மலை மீது தனது வீரர்களை வழிநடத்திச் சென்ற வரலாற்றை நெப்போலியன் படித்திருந்தான்.

அவருடைய படையில் யானைகளும் இடம் பெற்றிருந்தன. யானைப்படை, குதிரைப்படையை ஆல்ப்ஸ் மலையின் மீது ஏற்றிச் சென்று இத்தாலியை அவர் கைப்பற்றினார்.

"ஹன்னிபால் ஆல்ப்ஸ் மலை மீது ஏறி இத்தாலியை ஜெயித்தார். நான் மலையைச் சுற்றிச் சென்று எளிதில் இத்தாலியை வெற்றி கொள்வேன்"

நெப்போலியனின் உறுதி அவனது முகத்தில் பிரதிபலித்தது.

வெற்றியை கைப்பற்ற தாமதம் உதவாது. தாமதம் ஆபத்தையே வரவழைக்கும். எதிரிகள் குறித்து நெப்போலியன் அச்சம் கொள்ளவில்லை. அவனுடைய எதிரிகள் குளிர்கால முகாம்களில் நிம்மதியாக தூங்கிக் கொண்டிருக்கிறார்கள். ஆஸ்திரிய ராணுவத்தினர் லொம்பார்டியின் கிழக்கு பக்கமும், லொம்பார்டு சமவெளியின் மேற்கு பக்கம் சர்தானியர்களும், கணக்கில் அடங்காத குட்டிக் குட்டி குடியரசுகளும் இத்தாலியின் துண்டு நிலப்பகுதிகளும் தாக்குதலை எதிர்பார்த்து இருக்கவில்லை.

நிலைமையை சீர்தூக்கிப் பார்த்தான் நெப்போலியன். ஆனால் பிரெஞ்சு வீரர்களின் நிலைதான் சீர்கெட்டுப் போய்க் கிடந்தது. அவர்கள் பசியோடு இருந்தார்கள். பிரான்ஸ் சீரழிவின் உச்சத்தில் இருந்தது. பணத்திற்கு மதிப்பு இல்லை. உணவுப் பொருட்கள் போதவில்லை. பஞ்சத்திலும், நோயிலும் எத்தனை பேர் சாக நேருமோ என்ற பீதி தொற்றியிருந்தது.

நெப்போலியனின் முகத்தை சுவாரஸ்யமில்லாமல் பார்த்தார்கள்

ஹன்னிபால் ஆல்ப்ஸ் மலையைக் கடக்கும் ஓவியக்காட்சி

பிரெஞ்சு வீரர்கள்.

முதல் அணிவகுப்பு ஏற்பாடு செய்யப்பட்டது. வீரர்கள் மத்தியில் பேசினான் நெப்போலியன்.

"வீரர்களே, நீங்கள் அரை பட்டினியோடு, அரை நிர்வாணமாய் நிற்கிறீர்கள். உங்களிடம் அராசங்கம் நிறைய எதிர்பார்க்கிறது. ஆனால் உங்களுக்காக எதுவும் செய்யவில்லை. உங்கள் பொறுமை, உங்கள் துணிவு, உங்களுடைய நேர்மை எல்லாவற்றையும் மெச்சுகிறேன். உலகின் மிக அற்புதமான விளைச்சல் பூமிக்கு உங்களை தலைமையேற்று நடத்திச் செல்கிறேன். அங்கு நீங்கள்

செல்வச் செழிப்பு மிக்க நகரங்களை பார்க்கலாம். அங்கு சென்று விட்டால் நீங்கள் கவுரவத்தையும், வளங்களையும் பெறுவீர்கள். பிரெஞ்சு வீரர்களே துணிச்சலையும், உறுதியையும் நீங்கள் விரும்புகிறீர்களா?"

நெப்போலியனின் இந்த உரை வீரர்களுக்கு புத்துணர்ச்சி ஊட்டியது. இளைஞர்கள் நெப்போலியனை ஆராதனை செய்தார்கள்.

கூடாரங்களுக்கு வந்த வீரர்களில் ஒருவர்,

"தளபதி குளிருக்கேற்ற பாதுகாப்பான உடை அணிந்திருக்கிறார். நன்றாகத் தான் பேசினார். நமக்கு காலில் மாட்டிக் கொள்ள பூட்ஸ்களாவது தருவாரா?" என்று கேட்டார்.

எகிப்திலிருந்து இஸ்ரேலியர்களை பாதுகாப்பான பிரதேசத்துக்கு அழைத்துச் செல்வதாக மோசஸ் உறுதியளித்தார். அப்போது, மோசஸிடம் இதேபோன்ற கேள்வியைத்தான் இஸ்ரேலியர்கள் கேட்டார்கள்.

நெப்போலியன் சந்திக்க வேண்டிய சவால்கள் வீரர்களின் விமர்சனத்தில் வெளிப்பட்டது.

ராணுவத்தின் நிலைமையை நாள் முழுவதும் விசாரித்தான் நெப்போலியன். மொத்த ராணுவத்தில் நான்கில் ஒரு பங்கினர் மருத்துவமனைகளில் இருந்தனர். அதே அளவிலான வீரர்கள் கொல்லப்பட்டிருந்தனர். அல்லது கைதிகளாக பிடிபட்டிருந்தனர். அதிகாரிகளைப் பொறுத்தமட்டில் தனக்கு நம்பிக்கையான அதேசமயம், திறமையானவர்களை கண்டுபிடிப்பது சிரமமாக இருந்தது.

நெப்போலியனுடன் வந்திருந்த மூன்று அல்லது நான்கு அதிகாரிகள் மட்டுமே அவனுடைய நம்பிக்கையை பெற்றிருந்தனர். நெப்போலியனின் விசாரணையில் பங்கேற்ற அதிகாரிகள் அவனை ஒரு கணிதவியல் அறிஞனாகவும், தொலைநோக்கு சிந்தனையாளனாகவும் மதிப்பிட்டனர்.

"இரண்டு தகுதிகளும் இருந்தால் ஒருவன் ஞானியாவது எளிதுதானே" நெப்போலியனின் நண்பர்கள் இப்படி கருதினர்.

"ராணுவ முகாமுக்கு வந்து சேர்ந்துவிட்டேன். தொலைதூரத்தில் இருந்தபடி நீங்கள் ஒரு கணக்கை போட்டுக் கொண்டிருக்கிறீர்கள். அற்புதங்களை நான் நிகழ்த்த வேண்டுமென்று நினைக்கிறீர்கள். ஆனால் நிலைமையின் விபரீதம் உங்களுக்குத் தெரிய வேண்டும். இங்கே நல்லதொரு பொறியாளர் இல்லை. இங்கே இருப்பவர்கள்

யாருமே இதற்கு முன் எந்தவொரு முற்றுகையிலும் பங்கேற்காதவர்கள். இங்கே போதுமான ராணுவத் தளவாடங்களும் இல்லை. குறிப்பாக பீரங்கிகள் இல்லை"

பிரான்ஸ் அரசின் நிர்வாகிகளுக்கு இப்படி எழுதினான் நெப்போலியன். நிஜத்தில் அவனிடம் மலைகள் மீது பயன்படுத்தக்கூடிய 24 பீரங்கிகள் மட்டுமே இருந்தன. உணவுப் பற்றாக்குறையால் வதங்கிப் போயிருந்த 4 ஆயிரம் குதிரைகள் இருந்தன. 30 ஆயிரம் வீரர்கள் இருந்தனர். அவர்களுக்கு ஒரு மாதத்திற்கு பாதியளவே வழங்கும் அளவுக்கு உணவுப் பொருட்கள் எஞ்சியிருந்தன.

இவற்றைக் கொண்டு இத்தாலியை ஜெயித்துத் தர வேண்டும் நெப்போலியன்.

ஆனால் நெப்போலியன் மனம் தளரவில்லை. பரிதாபத்திற்குரிய அந்த வீரர்கள் மத்தியில் சூறாவளி போல் சுழன்று கொண்டிருந்தான். ராணுவத்தை முழுமையாக சீரமைக்கும் முயற்சியில் ஈடுபட்டான். சில நாட்களிலேயே வீரர்கள் மத்தியில் புத்துணர்ச்சி ஏற்பட்டு விட்டது. இப்போதே அவர்கள் வெற்றி கீதம் இசைக்கத் தொடங்கிவிட்டார்கள்.

ராணுவ முகாமிற்கு வந்த மூன்றாவது நாளில் மட்டும் அவன் பிறப்பித்த உத்தரவுகள் சக அதிகாரிகளை வியப்பில் ஆழ்த்தின.

110 பேரை சாலை அமைக்கும்படி அனுப்பினான். படைப்பிரிவுக்குள் ஏற்பட்ட குழப்பத்தை முடுக்கினான். இரண்டு பீரங்கி படைப் பிரிவுகளை புதிதாக ஏற்படுத்தினான். குதிரைகளை திருடியதாக இரண்டு தளபதிகளை பணிநீக்கம் செய்தான். டூலானிலிருந்து படைப்பிரிவை நைஸ் நகருக்கு கொண்டு வரும்படி அங்கிருந்த தளபதிக்கு உத்தரவு அனுப்பினான். கலகப்படை ஒன்றுக்கு தலைமையேற்கும் திறமை வாய்ந்த அதிகாரி ஒருவரை கண்டுபிடித்து அனுப்பும்படி தகவல் அனுப்பினான்.

முதல் 20 நாட்களில் அவன் எழுத்து மூலம் பிறப்பித்த உத்தரவுகள் 123. அத்தனையும் படை வீரர்களுக்கு தேவையான உணவு மற்றும் வசதிகளை செய்வதற்கானவை.

25வது நாள் படையை கிளப்பினான் நெப்போலியன். ஆல்ப்ஸ் மலையின் தெற்குப் பகுதி வழியாக ஜெனோவாவுக்குள் நுழைந்தது நெப்போலியனின் படை. ஒன்று, அதன்பின் ஒன்று என அடுத்தடுத்து வெற்றிகள் குவியத் தொடங்கின. எதிரிகளை

எளிதில் பிரித்தான். வேகம், துணிச்சல் இரண்டையுமே மூலதனமாக பயன்படுத்தினான். நெப்போலியன் படையின் விரைவு எதிரிகளை சின்னாபின்னமாக்கியது.

மலையோரச் சமவெளிகள், கணவாய்கள் வழியாக நெப்போலியனின் படை பலத்த ஒலி எழுப்பி, பல்வேறு திசைகளிலும் எதிரிகளை விரட்டியடித்தது. ஒரு இடத்தில் நெப்போலியன் தனது உள்கோட்டுப் பையில் வைத்திருந்த கண்ணாடி டம்ளர் உடைந்ததை உணர்ந்தான். உடனே அதை எடுத்துப் பார்த்தான்.

அந்தக் கண்ணாடி டம்ளரில் ஜோசபினின் சித்திரம் வரையப்பட்டிருந்தது. நாளொன்றுக்கு நூறு தடவைக்கு மேல் அதை முத்தமிடுவான் நெப்போலியன். இப்போது அது நொறுங்கி விட்டது. நெப்போலியன் வருத்தமடைந்தான்.

தனக்கருகில் வந்த தனது நம்பிக்கைக்குரிய தளபதி பவுரியனேவிடம்,

"கண்ணாடி டம்ளர் உடைந்து விட்டது. எனது மனைவிக்கு உடல் நலமில்லாமல் போயிருக்க வேண்டும், அல்லது அவள் எனக்கு துரோகம் இழைத்திருக்க வேண்டும். சரி, முன்னேறுங்கள்" என்றான்.

வெற்றியின் போதை பிரெஞ்சு வீரர்களை உற்சாகமடையச் செய்தது. நெப்போலியனின் விரல் அசைவை புரிந்து கொண்டு அவர்கள் செயல்பட்டார்கள். முக்கியமான பகுதிகள் அனைத்தும் அவர்கள் காலடியில் விழுந்தன.

செழிப்பான சமவெளிகளை காட்டி "இவையனைத்தும் உங்களுக்குத்தான்" என்று கூறினான் நெப்போலியன்.

சர்தானிய மன்னர் சண்டை நிறுத்தத்திற்கு முன்வந்தார். சர்தானிய பிரதேசங்களை பிரான்சுக்கு விட்டுத் தர சம்மதித்தார். சக்தி வாய்ந்த படையைக் காட்டியே மிரட்டி பணிய வைத்தான் நெப்போலியன். பதினைந்தே நாட்களில் வீரர்களுக்கு அளித்த வாக்குறுதியை நிறைவேற்றினான்.

அப்போதிருந்து நெப்போலியன் மீது வீரர்கள் அனைவரும் முழு நம்பிக்கை வைத்தனர். இத்தாலி இப்போது அவனுக்கு எதிரியாக இருந்தாலும், இத்தாலிய பெயருடன் தனது யுத்தத்தை சோர்வில்லாமல் தொடங்கினான் நெப்போலியன்.

நெப்போலியனின் இந்த வெற்றிக்கு காரணம் என்னவாக இருக்கும்? அவனுடைய இளமையும், ஆரோக்கியமும் தான்.

அவனுடைய உடல் எத்தகைய வேதனையையும் எதிர்த்து சமாளிக்கும் ஆற்றல் பெற்றுத் திகழ்ந்தது. தூங்க வேண்டும் என்று நினைத்தால் எந்தச் சமயத்திலும் உடனடியாக தூங்க முடியும். அதேபோல நினைத்த நேரத்தில் உற்சாகமாக எழவும் முடியும். அவனுடைய வயிறு எதையும் ஜீரணிக்கக் கூடிய தன்மையுடன் இருந்தது. அவனுடைய கண்கள் பார்த்த நொடியில் சுற்றுச் சூழலை மதிப்பிடும் கூர்மையை பெற்றிருந்தன.

அதுமட்டுமல்ல, நெப்போலியனை எதிர்த்து போரிட்டவர்களின் தகுதியும் ஒரு காரணம்.

ஆர்ச்டியூக் சார்லஸ்... இவருக்கு போதுமான கல்வியறிவே கிடையாது. வயது 72. இவர்தான் ஆஸ்திரிய ராணுவத்தின் தளபதியாக பொறுப்பு வகித்தார். 27 வயதான நெப்போலியனுக்கு இவர் எப்படி ஈடு கொடுக்க முடியும்.

சர்தானிய மன்னரும் கிழட்டுச் சிங்கம் தான். இன்னொரு தளபதியான வும்சருக்கு காது கேட்காது. மிகவும் மெதுவாக செயல்படக்கூடிய தன்மையுடையவர். இவர்களை எல்லாம் எதிர்த்து ஜெயிப்பது நெப்போலியனுக்கு பெரிய விஷயமாக இருக்கவில்லை.

வெற்றி தேவதையும் காதல் தேவதையும்

வெற்றி மீது வெற்றி குவியக்குவிய நெப்போலியனுக்கு ஜோசபினின் நினைப்பு வந்து விட்டது.

தனது வெற்றியை பகிர்ந்து கொள்ள அவள் அருகில் இருக்க வேண்டும் என்று விரும்பினான். தினமும் ஒரு கடிதம் எழுதினான். அவளுடைய நினைவில் வாழ்வதாகவும், அவளுடைய அணைப்பில் துயில்வதாகவும், காதல் வார்த்தைகளால் அந்தக் கடிதங்கள் நிரம்பி வழிந்தன.

அவளிடமிருந்து பதில் வராவிட்டாலும் இவன் தனது ஏக்கங்கள் அனைத்தையும் வார்த்தைகளாக வடித்து கடிதங்களை எழுதிக் கொண்டேயிருந்தான்.

அதேசமயம், அவனுடைய வெற்றி தொடர்ந்தது. நெப்போலியனின் தலைமையை ஏற்று பிரெஞ்சு வீரர்கள் வேகமாக முன்னேறினர். தடைகள் அனைத்தும் தகர்ந்தன. அவனுடைய தளபதிகள் பெர்தியர், மஸேனா, ஆகெரு, போர்போன்ஸ் ஆகியோர் நெப்போலியனின் விழி அசைவுகளுக்கு வடிவம் கொடுத்தனர்.

அவன் விரும்புகிற அனைத்தும் நொடிப்பொழுதில் நிறைவேறின. பிரெஞ்சு ராணுவம் இப்போது மக்கள் ராணுவமாக மாறியிருந்தது. புரட்சிக்குப் பிந்தைய ராணுவம் என்பதால் இங்கு மன்னருக்கு வேலையில்லை. பிரான்சில் மன்னரே இல்லை.

அதேசமயம் ஆஸ்திரிய பேரரசின் ராணுவ வீரர்கள் மன்னருக்குக் கீழ் பணிபுரிந்தனர். அந்த ராணுவத்தில் ஆறு மொழிகள் பேசும் வீரர்கள் இருந்தனர். மூன்று கோடி மக்களைக் கொண்ட ஒற்றுமையான தேசமாக பிரான்ஸ் இருந்தது. அதன் வீரர்கள் அனைவரும் இப்போது தங்கள் குடியரசின் மேன்மையை உயர்த்திப் பிடிப்பதற்காக போர் புரிந்து கொண்டிருந்தனர்.

ஆம், பிரெஞ்சுக் குடியரசின் புதிய விடுதலைக்காக அவர்கள் போராடினார்கள். புரட்சியின் வளங்கள் உலகம் முழுவதும் பரவ வேண்டுமென்பதற்காக அவர்கள் போராடினார்கள். அவர்களுடைய விருப்பம் உலகப்புரட்சி என்பதாக இருந்தது.

வெற்றி பெற்ற பகுதி மக்களுக்கு எந்த இடையூறையும் பிரெஞ்சுப் படையினர் செய்யவில்லை. முந்தைய ராணுவத்தினர், வெற்றி கொள்ளும் பிரதேசத்தை நாசப்படுத்துவதையே தொழிலாகக் கொண்டிருந்தனர். நெப்போலியனின் ராணுவம் மக்களை பாதுகாக்கும் கடமையைச் செய்தது. நிர்வாகத்தை மாற்றி,

குடியரசு முறையை அறிமுகப்படுத்துவதே பிரெஞ்சு ராணுவத்தின் பணியாக இருந்தது.

“ஹப்ஸ் பர்கியர்கள், சர்தானியர்களின் ஆதிக்கதிலிருந்து உங்களை மீட்பதே எங்கள் நோக்கம். பழைய ஆட்சி முறையிலிருந்து புதிய சமத்துவ ஆட்சி முறைக்கு நீங்கள் ஒத்துழைப்பு தர வேண்டும்”

நெப்போலியனின் அறிக்கைகள் இதையே வலியுறுத்தின.

இத்தாலிய ரத்தம் ஓடினாலும், இத்தாலிய மொழி பேசினாலும், பிரெஞ்சு ராணுவத் தளபதியாக பொறுப்பு வகித்த நெப்போலியனின் அறிக்கைகள் அனைத்திலும் விடுதலை, சமத்துவம் என்ற இரு வார்த்தைகள் இடம் பெற்றிருந்தன.

“இத்தாலியின் இனிய மக்களே, பிரான்ஸ் ராணுவம் உங்கள் அடிமைத் தளையை உடைத்தெறிய வந்திருக்கிறது. அனைத்து மக்களுக்கும் நண்பனாக அது இருக்கும். முதலில் நம்பிக்கை வையுங்கள். உங்கள் சொத்துக்கள், உங்கள் பழக்க வழக்கங்கள், உங்கள் மத நம்பிக்கை அனைத்தும் மதிக்கப்படும்”

ஏதென்ஸ், ஸ்பாட்டா, புனித ரோம் ஆகியவற்றை கைப்பற்றிய பிறகு நெப்போலியன் ஆற்றிய உரைகளின் சாரம் இதுதான். நெப்போலியன் புதிய சரித்திரத்தை உருவாக்கிக் கொண்டிருந்தான்.

கிரேக்க வரலாற்று ஆசிரியர் புளூடார்ச் எழுதிய குறிப்புகளை கரைத்துக் குடித்தவன் நெப்போலியன். தனது பெயரும் வரலாற்றில் இடம் பெற வேண்டும். இடம் பெறுவது நிச்சயம். அப்படி இடம் பெறும் போது தன்னைப் பற்றியும், தனது ராணுவத்தின் ஒழுங்கு பற்றியும் வரலாற்று ஆசிரியர்கள் பெருமைப்படும் வகையில் எழுத வேண்டும் என்றெல்லாம் திட்டமிட்டே நெப்போலியன் செயல்பட்டான்.

கடைசியாக மிலன் நகரை கைப்பற்றினான். அங்கு தனது வீரர்கள் மத்தியில் உணர்ச்சி மிகு உரையாற்றினான்.

“ஆல்ப்ஸ் மலையின் உயரங்களைத் தாண்டி புயல் வேகத்தில் செயல்புரிந்தீர்கள். இதோ மிலன் நகரம் உங்களுடையதாகி விட்டது. நாம் மக்கள் அனைவரின் நண்பர்கள். ஆனால் எல்லாவற்றுக்கும் மேலாக இந்த நகரை தலைநகராக மறுகட்டமைக்க வேண்டிய கடமை நமக்கு இருக்கிறது. இந்த நகரின் ஹீரோக்களான புளூடஸ், சிபியோ ஆகியோரின் அந்தஸ்து குறைந்து விடாமல் ரோமானிய மக்களுக்கு விழிப்புணர்வு ஊட்ட

வேண்டும். இதுதான் நாம் பெற்ற வெற்றிகளின் பலனாக இருக்க வேண்டும். நீங்கள் நாடு திரும்பும் போது, "இவர் இத்தாலியை வென்ற பிரெஞ்சு ராணுவத்தில் பணிபுரிந்தவர்" என்று பெருமையாக கூறுவார்கள்.

எந்தவொரு தளபதியும் தனது வீரர்களிடம் இப்படி உரை நிகழ்த்தியதாக வரலாற்றுச் சான்று எதுவும் இல்லை. கைப்பற்றிய நாடுகளின் மக்களையும், ராணுவ வீரர்களையும் இந்தளவுக்கு மதிப்புடன் நடத்திய தளபதியையும் வரலாறு சந்தித்திருக்குமா என்பது தெரியவில்லை.

நெப்போலியனின் எழுச்சி பிரான்ஸ் நாட்டின் முன்னணித் தலைவர்களுக்கு பீதியை ஏற்படுத்தியது. வெற்றி முழுவதும் ஒரே நபருக்கு போய்ச் சேருவதை அவர்கள் விரும்பவில்லை.

சர்தானியா அரசருடன் ஏற்படுத்தப்பட்ட அமைதி உடன்படிக்கையை பெற்றுக் கொண்ட பிரான்ஸ் அரசின் தலைமை பொறுப்பாளர்கள் புதிய திட்டத்தை வகுத்தார்கள். லொம்பார்டி வரை வெற்றி பெற்று விட்ட நெப்போலியன் ஏற்கெனவே தனது நிலையை வலுப்படுத்தி விட்டான்.

சர்தானியா மன்னருடனான அமைதி உடன்படிக்கையில் கையெழுத்திடுவதற்காக கோர்சிகாவைச் சேர்ந்த நெப்போலியனின் நண்பர் சாலிசெடியை அனுப்பியது பிரான்ஸ் அரசு. அந்தத் தகவலையும் நெப்போலியனுக்கு அனுப்பியிருந்தது. ஆனால், சர்தானிய மன்னருடன் அமைதி உடன்படிக்கையில் தான் மட்டுமே கையெழுத்திட்டான் நெப்போலியன்.

உடன்பாடு கையெழுத்தாவதற்கு முன் சுவாரசியமான நாடகக் காட்சி அரங்கேறியது.

உடன்படிக்கை விதிகள் எழுதப்பட்ட காகிதங்களில் சர்தானிய மன்னர் கையெழுத்திட காத்திருந்தார். கடைசி நேர முயற்சியாக நெப்போலியனிடம் பேரம் பேச மன்னர் விரும்பினார்.

நெப்போலியன் மௌனமாக தனது கடிகாரத்தை கையிலெடுத்தான். லொம்பார்டி மீது தாக்குதல் நடத்துவதற்காக நேரத்தை குறித்தான். அதற்குள் உடன்படிக்கையில் கையெழுத்திட வேண்டும். இல்லையென்றால் தாக்குதல் தொடங்கும் என்று எச்சரித்தான்.

"யுத்தக் களங்களை நான் இழக்கக்கூடும். ஆனால் நிமிடங்களை ஒருபோதும் நான் வீணாக்க மாட்டேன்." நெப்போலியனின் வார்த்தையில் தெரிந்த உறுதி, சர்தானிய மன்னரை அச்சுறுத்தியது.

உடன்படிக்கையில் கையெழுத்திட்டார்.

கோர்சிகாவைச் சேர்ந்த நெப்போலியனின் நண்பர் சாலிசெடி லோடி நகருக்கு வந்து சேர்ந்தார். அரசியல் விவகாரங்களில் சாலிசெடியை கலந்துகொண்டு நெப்போலியன் முடிவெடுக்க வேண்டுமென்று பிரான்ஸ் அரசின் டைரக்டர்கள் கூறினார்கள்.

நெப்போலியன் ஆத்திரமடைந்தான்.

"நான் தான் முடிவெடுப்பேன், எனக்குத் துணையாக வேறு யாரும் அனுப்பப்பட்டால் என்னிடமிருந்து இனிமேல் நல்ல பலனை எதிர்பார்க்காதீர்கள். ஒரு விஷயத்தில் இருவர் கலந்து முடிவெடுப்பது இயலாத காரியம். இருவரும் வெவ்வேறாக யோசிக்கும் போது வெற்றியை உறுதிப்படுத்த முடியாது" என்று

உறுதியாக மறுத்து விட்டான்.

டைரக்டர்கள் மிரண்டு விட்டனர். நெப்போலியன் பிரான்சுக்குத் திரும்பினால் தங்களுக்கு ஆபத்து என்பது அவர்களுக்குத் தெரியும். எனவே அவனை வெளியிலேயே தங்க வைத்திருப்பது, அதுவும் அவனுடைய விருப்பப்படி தங்க வைப்பது நல்லது என்று முடிவு செய்தனர்.

லொம்பார்டி பிரதேசத்தை கைப்பற்றியதைத் தொடர்ந்து பெரிய நிகழ்ச்சி ஒன்று ஏற்பாடு செய்யப்பட்டது. ராணுவ வீரர்களும் மக்களும் பெருமளவு கலந்து கொண்டனர். அருகிலிருந்த தேவாலயத்தில் சாதாரணமாக நுழைந்தான் நெப்போலியன். குளித்தான், கூட்டத்தில் பங்கேற்றான்.

வெந்நீர் குளியல் அவனுக்கு மிகவும் பிடிக்கும். நீண்ட நேரம் அவன் குளித்ததை வியப்புடன் ரசித்தனர் உள்ளூர் மக்கள். நிகழ்ச்சியில் கலந்து கொண்ட நெப்போலியன் அவர்களிடம் மென்மையான தொனியில் உரிமையுடன் பேசினான்.

"பிரான்ஸைக் காட்டிலும் நல்ல நிலையில் சுதந்திரமாக நீங்கள் இருக்கலாம். புதிய குடியரசின் தலைநகராக மிலன் இருக்கும். இந்தக் குடியரசின் மொத்த ஜனத்தொகை 50 லட்சம் பேர். உங்களிடமிருந்து 50 பேரை நான் தேர்வு செய்வேன். பிரான்சின் பெயரில் அவர்கள் இந்தக் குடியரசை ஆட்சி செய்வார்கள். பிரான்சின் சட்டங்களை ஏற்றுக் கொள்ள வேண்டும். அவற்றை உங்கள் நடைமுறைக்கு ஏற்றவாறு திருத்திக் கொள்ளலாம். இதுதான் எனது விருப்பம். ஒருவேளை ஹப்ஸ்பெர்க், லொம்பார்டியை மீண்டும் கைப்பற்ற முயன்றால் உங்களுக்காக மீண்டும் நான் வருவேன். ஏதென்சும், ஸ்பார்ட்டாவும் நீடுழி வாழும்"

புளூடார்ச்சின் சரித்திர நாயகர்கள் யாரும் இப்படி பேசியதில்லை.

அது நடந்தது ஒரு மே மாத இரவு. மிலன் நகரமே உற்சாகத்தில் மிதந்து கொண்டிருந்தது. வாண வேடிக்கைகளும், இசை நிகழ்ச்சிகளும் கலகலப்பு ஊட்டின. செர்பலோனி அரண்மனைக்கு

அழைத்துச் செல்லப்பட்டான் நெப்போலியன். வரவேற்பு நிகழ்ச்சியின் ஆரவாரங்கள் ஓய்ந்தன. அரண்மனையின் ஜன்னலோரத்தில் நின்றான் நெப்போலியன்.

இளம் வயதில் தான் கண்ட கனவு, இதோ, நிறைவேறி விட்டது. நான் நடந்ததை நினைத்துப் பார்க்க வேண்டுமா? அல்லது நடக்கப்போவதை திட்டமிட வேண்டுமா? என்று யோசித்துக் கொண்டிருந்தான் நெப்போலியன்.

"பிரான்சில் நமது வெற்றியைப் பற்றி என்ன நினைக்கிறார்கள்?" உதவியாளரிடம் கேட்டான்.

"அவர்கள் திருப்தியடைய வேண்டும் என்று நீங்கள் எதிர்பார்க்கிறீர்களா?" என்றார் உதவியாளர்.

அவர் சொன்னது சரிதான். வெற்றிகள் இத்தோடு நின்றுவிடப் போவதில்லை. எதிர்கால வெற்றிகள், இப்போது பெற்றுள்ள வெற்றிகளை மறைத்து விடக்கூடும்.

அரண்மனையின் விசாலமான படுக்கை அறை அவ்வளவு பெரிய கட்டிலை நெப்போலியன் முதன்முறையாக அப்போது தான் பார்க்கிறான். மிகவும் மென்மையான படுக்கை. அவன் உள்ளத்தில் உணர்ச்சிகள் கிளர்ச்சியூட்டின.

"அவள் இல்லாமல் நான் மட்டும் எப்படி உற்சாகமாக இருக்க முடியும். வாண வேடிக்கைகள் தூள் பறக்கின்றன. வெற்றிக் கொடிகள் விண்ணளாவ பறக்கின்றன. அவள் ஏன் வரவில்லை? உடல்நலம் சரியில்லை என்று கூறியிருக்கிறாளே, இவளெல்லாம் ஒரு காதலியா?" கண் விழித்தபடி பல மணி நேரம் உறங்காமல் கிடந்தான் நெப்போலியன்.

வெற்றி பெற்ற பிரதேசங்களை இணைத்து புதிய குடியரசை அமைக்கும் வேலைகளில் ஈடுபட்டிருந்த நெப்போலியன், இந்த வெற்றிக் கொண்டாட்டத்தில் கட்டாயமாக பங்கேற்க வேண்டும் என்று ஜோசபினை அழைத்திருந்தான்.

அரசு அமைக்கும் நடவடிக்கையில் ஈடுபட்டிருந்த அதிகாரிகள், தளபதிகள் அனைவரிடமும் தனது மனைவியின் ஓவியத்தைக் காட்டி பெருமைப்பட்டுக் கொண்டிருந்தான். அந்தச் சமயத்தில்தான் வேலைக்கிடையில், "நீ அவசியம் வரவேண்டும். வராமலா போவாய்?" என்று எழுதி அனுப்பியிருந்தான்.

"கட்டாயமாக என்னிடம் நீ வரவேண்டும். எனது இதயத்திற்கு நீ தேவை. நான் தழுவுவதற்கு நீ தேவை. வேகமாக வா. பற... பற... வேகமாக பறந்து வா"

காதல் பீறிடும் வார்த்தைகளைக் கொண்ட இந்தக் கடிதத்தைப் பெற்ற பிறகும் கூட ஜோசபின் மிலன் நகருக்கு வரவில்லை.

திருமணமான சில நாட்களிலேயே மனைவியைப் பிரிந்து போர்க்களம் வந்தவன் நெப்போலியன். தனது நெடுநாள் கனவை நனவாக்கி புதிய குடியரசை நிறுவி விட்டான்.

பிரான்ஸை விட்டு புறப்பட்டு ஒன்றரை ஆண்டு காலம் ஆகிவிட்டது. திருமணமாகியும் பாதி ஆளாகவே வாழ்க்கையை கடத்த வேண்டிய நிலையில் தனது காதல் மனைவி அருகில் இருக்க வேண்டும் என்ற ஏக்கம் அவனை வாட்டியது. தனது கடிதங்களுக்கு பதிலளிக்காமல் தவிர்க்கும் ஜோசபின் மீது சமயத்தில் அவன் கோபப்பட்டு எழுதுவான். ஆனால், கோபமாக தொடங்கும் வார்த்தைகள் அவளை எதிர்பார்த்து ஏங்கும் மனதின் துடிப்பை விளக்கும் வார்த்தைகளாக முடியும்.

அவள் நெப்போலியனை ஆட்டிப் படைத்துக் கொண்டிருந்தாள். நெப்போலியனின் மனைவி என்ற அந்தஸ்து மட்டுமே அவளுக்குத் தேவையாய் இருந்தது. மற்றபடி அவளுக்கென்று உல்லாச வாழ்க்கை அங்கு காத்திருந்தது. எனவேதான், நெப்போலியனை அவள் புறக்கணித்தாள்.

“உனக்கு வேறு யாரும் காதலர் இருக்கிறார்களா? துடிப்பான 19 வயது இளைஞர் யாருடனாவது உனக்கு தொடர்பிருக்கிறதா? ஒருவேளை அப்படி இருந்தால்தான், நீ இப்படி இருக்க முடியும்”

ஜோசபினுக்கு எழுதிய ஒரு கடிதத்தில் நெப்போலியன் கோபமாக எழுதிய வார்த்தைகள் இவை.

நெப்போலியனை கிறங்கடித்த அழகு

ஜோஸபின்...ஓ, ஜோஸபின்!

நெப்போலியன் குமுறிக் கொண்டிருந்தான்.

அவனுடைய லட்சியங்கள் வரிசையாக நிறைவேறிக் கொண்டிருந்தன. ஆனால், தனது மகிழ்ச்சியை பகிர்ந்துகொள்வதற்கு ஜோஸபின் வர மறுக்கிறாள்.

"நான் அவள் மீது எவ்வளவு காதல் வைத்திருக்கிறேன். நாள் தவறாமல் கடிதம் எழுதுகிறேன். அவளோ, உடல் நலமில்லை என்று பதில் அனுப்புகிறாள். நிஜமாகவே அவளுக்கு உடல் நலம் சரியில்லையா? அல்லது என்னை தவிர்க்க விரும்புகிறாளா?"

அவனுக்குள் ஆத்திர நெருப்பு கனன்று கொண்டிருந்தது.

ஜோஸபின் நெப்போலியனுக்கு உண்மையானவளாக நடந்துகொள்ளவில்லை என்பது நிஜம்.

பாரீசில் அவளுடைய படுக்கையை பகிர்ந்துகொள்ள நிறைய பிரமுகர்கள் இருந்தனர். பிரெஞ்சு டைரக்டரியில் முக்கிய பொறுப்பு வகிக்கும் பர்ராஸ் ஏற்கெனவே அவளுக்கு பரிச்சயமானவர். அதுபோக, கோஹியெர் என்ற டைரக்டருடனும் அவளுக்கு புதிதாக உறவு ஏற்பட்டிருந்தது. இவர்களெல்லாம் தவிர, ஹிப்போலைட் சார்லஸ் என்ற இளைஞன் மீதும் அவள் நாட்டம் கொண்டிருந்தாள்.

அவனைப் பிரிந்து இருக்க முடியாது என்ற அளவுக்கு அவன் மீது காதல் வயப்பட்டிருந்தாள்.

ஜோஸபினை பற்றி அவ்வப்போது நெப்போலியனுக்கு இந்தத் தகவல்கள் வந்து சேரும். ஆனாலும், அவள் மீது நெப்போலியன் பைத்தியமாக இருந்தான். இது ஏன் என்பது உளவியலாளர் களுக்கே புரியாத புதிராக இருந்தது.

அவனுக்கு கிடைத்த புகழுக்கு எத்தனையோ பெண்களுடன் அவன் தனது மகிழ்ச்சியை பகிர்ந்து கொண்டிருக்கலாம். அவன் அப்படியெல்லாம் செய்யவில்லை. திருமணமாகி சில நாட்களிலேயே அவளைப் பிரிந்து வந்துவிட்டான். அவளோ, அவனைவிட ஆறு ஆண்டுகள் மூத்தவள். வயதுக்கு வந்த குழந்தைகள் வேறு இருக்கிறார்கள்.

கணவனின் வெற்றியை பிரான்ஸ் முழுவதும் கொண்டாடுகிறார்கள். இத்தாலி முழுவதும் அவனுடைய காலடியில் விழுந்துவிட்டது. இதோ... ஆஸ்திரியாவும் விழப்போகிறது. குட்டி குட்டி நாடுகளாக சிதறிக்கிடந்த பிரதேசங்களை ஒருங்கிணைக்கிறான். புதிய குடியரசு ஒன்றை உருவாக்குகிறான்.

அந்த மகிழ்ச்சியை காதல் மனைவியுடன் பகிர்ந்துகொள்ள வேண்டும் என்று துடிக்கிறான். நாள் தவறாமல் காதலால் கசிந்துருகி, அவளுக்கு கடிதம் எழுதுகிறான். அவளோ, உடல்நிலை சரியில்லை என்று தட்டிக் கழிக்கிறாள்.

வெறுப்பின் உச்சகட்டத்திற்கே போய்விட்டான் நெப்போலியன்.

ஒரு நாள், அவசர வேலைகள் குறித்து தனது அதிகாரி ஒருவருக்கு கடிதம் எழுதிக் கொண்டிருந்தான். அலுவலகம் தொடர்பான விசயங்களை எழுதிக் கொண்டிருந்தவன், இடையில் தனது மனைவி மீதான வெறுப்பையும் உமிழ்ந்து விட்டான்.

“நான் மனக்கசப்புடன் இருக்கிறேன். எனது மனைவி இங்கே வர மறுக்கிறாள். அவளுக்கு நிச்சயமாக காதலன் இருக்க வேண்டும்.

அதனால்தான் அவள் பாரீசிலேயே இருக்க விரும்புகிறாள். நான் பெண்களை வெறுக்கிறேன். முற்றாக வெறுக்கிறேன்"

என்று கை தவறி மனதிலிருப்பதை கொட்டிவிட்டான்.

நெப்போலியனின் கோபத்தைத் தணிக்க வேண்டும் என்று விரும்பினாள் ஜோஸபின். உடனே, ஒரு கடிதத்தை சுருக்கமாக எழுதி அனுப்பினாள்.

"அங்கு வரவேண்டுமென்றால் பல ஆபத்துகளைக் கடக்க வேண்டும். அதுமட்டுமல்ல, உடல் நலமில்லாத நிலையில் ராணுவ முகாமின் அழுக்கடைந்த சூழலில் தங்கியிருப்பதும் முடியாது"

என்று அவள் எழுதியிருந்த கடிதத்தை கையில் வைத்துக் கொண்டு பைத்தியக்காரன் போல கூத்தாடினான். உடனே, மனம் உருகினான். பேப்பரை எடுத்து எழுதத் தொடங்கினான்.

"உனது நிலைமை தெரியாமல் கடுமையாக எழுதிவிட்டேன். காதல் காரணமாகத்தான் வார்த்தைகள் மீறிவிட்டன. என்னை மன்னித்துவிடு. எனது வாழ்க்கை முடிவற்ற கனவாக தொடருகிறது. சுவாசிக்கக் கூட நேரமில்லை. ஒருநாள் மட்டும் என்னுடன் முழுமையாக கழித்துவிடு. விரைவிலேயே உன்னைப்போல அழகான குழந்தையை தோளில் போட்டுக் கொஞ்சுவாய். உனக்குத் தெரியுமா? உன்னுடன் வேறு யாராவது காதலனை பார்த்தால் அவனை துண்டுதுண்டாக வெட்டிவிடுவேன்"

மன்னிப்புக் கேட்டு எழுதிய கடிதத்திலும் அவனுக்குள் உருப்பெற்றுவிட்ட வெறுப்பு வெளிப்பட்டது. இருப்பினும், அவளுடைய அச்சத்தைப் போக்கி அவளை இங்கு அழைத்துவர யார் இருக்கிறார். நெப்போலியனின் மனதில் உடனே தோன்றிய பெயர் ஜோஸப். அவனது மூத்த சகோதரனுக்கு உடனே ஒரு கடிதம் எழுதினான்.

அத்துடன், ஜோஸபினுக்கும் ஒரு கடிதம் வைத்திருந்தான். எப்படியேனும் அவளைப் பத்திரமாக அழைத்து வரவேண்டும் என்று அண்ணனைக் கெஞ்சிக் கேட்டுக்கொண்டான்.

"எனது மனைவிக்கு உடல் நலம் சரி இல்லையென்கிறாள். நான் எனது தலையில் நிற்கிறேனா... இல்லை காலில் நிற்கிறேனா என்பது கூட புரியவில்லை. நான் உனக்கு என்னவெல்லாம் செய்வேனோ அதையெல்லாம் அவளுக்கு நீ செய்ய வேண்டும். அவளை நான் எந்த அளவுக்கு காதலிக்கிறேன் என்பது உனக்குத் தெரியும். அவள்தான் நான் முதன்முதலில் விரும்பிய பெண். அவளுக்கு என்னவாயிற்று என்று அறிந்து எழுது. பயணத்திற்கு தகுந்தபடி

அவள் தேறிவிட்டால், என்னிடம் வருவாள். அவளை நான் உள்ளங்கையில் வைத்துத் தாங்குவேன். அவளில்லாமல் இந்த உலகத்தில் வாழ முடியாது. அவள் என்னைக் காதலிக்காவிட்டால் இந்த உலகத்தில் எனக்கென்று எதுவுமில்லை. இந்தக் கடிதம் கொண்டு வருகிறவனை ஆறுமணி நேரத்திற்கு மேல் பாரீசில் வைத்திருக்காதே. உடனே, அவனிடம் பதிலை கொடுத்து அனுப்பு. அப்போதுதான், எனக்கு புதுவாழ்வு கிடைக்கும்”

நெப்போலியனின் கடிதம் ஜோஸப்புக்கு சிரிப்பை வரவழைத்தாலும், அவனுக்காக பரிதாபப்பட்டான். ஏனென்றால், அவனுக்கு எல்லாம் தெரியும். ஜோஸபினின் தொடர்புகள் அனைத்தும் அவன் அறிவான். இருந்தாலும் நெப்போலியனை நோகடிக்க அவன் விரும்பவில்லை.

அண்ணனுக்கு கடிதம் எழுதிய அவன், உடனே, தனது தளபதி பெர்தியருக்கு சரமாரியாக உத்தரவுகளைப் பிறப்பித்தான். அலெக்ஸாண்ட்ரியாவை கைப்பற்ற வேண்டும். அதற்கான ஏற்பாடுகளைக் கவனியுங்கள் என்று உத்தரவிட்டான்.

பிடிபட்ட கைதிகளை கொல்வதற்கு காலக்கெடு விதித்து ஜெனோவா செனட்டுக்கு கடிதம் எழுதினான். அதே செனட்டுக்கு முரத்தை அறிமுகப்படுத்தினான். ரிவீராவில் விட்டுவந்த பீரங்கிகள் சிலவற்றை விற்பதற்கு ஆணையிட்டான். வெனிஸ் நகரிலிருந்து வெடிப்பொருட்களை கொள்முதல் செய்யும்படி தளபதி மஸேனாவுக்கு உத்தரவிட்டான். தளபதி லென்னேஸ் தலைமையிலான படையை மேற்கொண்டு முன்னேற வேண்டாம் என்று தடுத்து நிறுத்தினான். டூலான் துறைமுகத்திலிருந்து ஒரு படைப்பிரிவை உடனே அனுப்பும்படி உத்தரவு பிறப்பித்தான். பணமும் வீரர்களும் வருவது குறித்து அறிக்கை அனுப்பும்படி தளபதி கெல்லர்மனைக் கேட்டிருந்தான்.

நெப்போலியனின் கடிதத்தை எடுத்துக் கொண்டு ஜோஸபினின் வீட்டுக்குப் போனான் ஜோஸப்.

அவள் கடிதத்தை பார்த்தாள். மறுப்பதற்கு வழியில்லாமல் போயிற்று. தனது பெட்டிகளைத் தயார் செய்தாள். சாரட் வண்டியில் ஏறினாள். உடன் பயணிப்பதற்கு போதுமான ஆட்கள் இருக்கிறார்கள் என்ற திருப்தி அவள் முகத்தில் இருந்தது. ஆனாலும், லக்ஸம்பர்க் திருவிழா கொண்டாட்டத்தை பிரிந்து செல்லும் வருத்தம் அவளுடைய கண்ணீரில் தெரிந்தது.

வண்டியில் ஜோஸப் வருகிறான். ஜுனோட் வருகிறான்.

நெப்போலியனின் அண்ணன் ஜோஸப் பானபார்ட்

இன்னொரு அழகிய இளம் அதிகாரியான ஹிபோலைட் சார்லஸ் வருகிறான். அவன்தான் எவ்வளவு அழகாக இருக்கிறான்? அவன்தான் சமீபநாட்களாக ஜோஸபினின் புதிய துணை. அவனுடன் நடனமாடி படுக்கையைப் பகிர்ந்து உல்லாசமாக பொழுதைக் கழித்திருந்தாள். இப்போது, அவனையும் துணைக்கு அழைத்துக் கொண்டு மிலன் அரண்மனைக்கு பயணமாகிவிட்டாள். கணவனைப் பார்க்கப் போகிறவள் காதலனையும் அழைத்துக் கொண்டு போனாள். அவள் மடியில், அவளுடைய செல்ல நாய்க்குட்டி படுத்திருந்தது. அவள், சார்லஸை ஓரவிழியால் பார்த்தாள்.

ஜோஸப் மனதுக்குள் நொந்துகொண்டான்.

மிலன் நகருக்கு வந்துவிட்டார்கள். அரண்மனையின் பிரமாண்டம் ஜோஸபினுக்கு பிரமிப்பை ஏற்படுத்தியது. ராணுவ முகாமில் தங்க வேண்டியிருக்குமோ என்று பயந்ததை நினைத்து சிரித்துக் கொண்டாள்.

அரண்மனையில் நெப்போலியன் இல்லை. வெரோனா அருகே நிறைய போர்க்களங்களை சந்திக்க வேண்டியிருந்தது.

தளபதி முரத்

அதனால் என்ன?

ஜோஸபினின் துணைக்குத்தான் முரத் இருக்கிறான். அவன் கதை சொல்வான். படுக்கையைப் பகிர்ந்துகொள்ள சார்லஸ் இருக்கிறான். யாருக்கும் சந்தேகம் வராத அளவுக்கு மிக கவனமாக அவனை அவள் கையாண்டு வந்தாள். ஆனால், அவனைப் பற்றி எல்லோருக்கும் தெரிந்திருந்தது.

ஜோஸபின் வந்துவிட்ட தகவல் நெப்போலியனுக்குக் கிடைத்தது.

அவன் நிலைகொள்ளாமல் தவித்தான். தளபதிகளுக்கு வியூகங்களை விளக்கிவிட்டு, அரண்மனையை நோக்கி தனது வெண்புரவியில் விரைந்தான்.

அதோ...அதோ...அரண்மனை தெரிகிறது. ஓ, ஜோஸபின் இதோ உன் காதலன் வந்துவிட்டேன்.

அவ்வளவுதான். அடுத்த இரண்டு நாட்கள் பகலும் இரவும் நெப்போலியன் என்ற எரிமலையின் தீக்குழம்பு ஜோஸபினை

நிரப்பியது.

ஆஸ்திரிய பேரரசர் பிரான்சிஸ் திணறிக் கொண்டிருந்தார்.

நெப்போலியனின் படை மாண்ட்டுவாவை முற்றுகையிட்டிருந்தது. அதைக் கைப்பற்றிவிட்டால், ஆஸ்திரிய மன்னருக்கு வேறு வழியில்லை. சரணடைந்தே தீரவேண்டும். அதுதான், நெப்போலியனின் இலக்கு. நோக்கம்.

இக்கட்டான நிலையிலும், தினமும் மாலை நேரத்தில் ஜோஸபினுக்கு கடிதம் எழுதித் தனது காதலை வெளிப்படுத்திக் கொண்டிருந்தான்.

மாண்ட்டுவாவிலிருந்து அவன் கொட்டிய காதல் வார்த்தைகள் இவை...

"நான் மிகவும் வருத்தமாக இருக்கிறேன். உனக்கு அருகில் இருக்கும்போதுதான் நான் மகிழ்ச்சியாக இருக்கிறேன். உனது முத்தங்களை நினைத்தே முழு நாளையும் கழிக்கிறேன். ஒப்புமையில்லா ஜோஸபினின் அழகு எனது இதயத்தில் தீயை மூட்டுகிறது. பணிச்சுமைகளில் இருந்து விடுபட்டு எப்போதும் சுதந்திரமாக உனதருகே இருக்க விரும்புகிறேன். லா புருயெர் சொன்னது தவறு. அவர் திடீரென்றுதான் வரும் காதல் என்கிறார். இல்லை...இதோ உன்மீதான காதல் நாளுக்கு நாள் வளருகிறதே. வா. விரைவில் வந்து என்னோடு சேர்ந்துவிடு. அப்போதுதான், நாங்கள் பல நாட்கள் சந்தோசமாக இருந்திருக்கிறோம் என்று சாகும்போது சொல்லிக் கொள்ள முடியும். பத்து லட்சம் முத்தங்கள்"

இந்தக் கடிதம் கிடைத்ததும் அவசரஅவசரமாக யுத்த முகாமுக்கு வந்தாள் ஜோஸபின். வந்த வேகத்தில் அவளை திருப்பி அனுப்பினார்கள். ஆம். யுத்தம் தீவிரமடைந்து விட்டது.

இதோ, அவளுக்கு ஒரு நல்ல வாய்ப்பு கிடைத்துவிட்டது. இனி நெப்போலியன் அழைப்புகளை தாமதப்படுத்த முடியும். ஆம். அவனை பைத்தியக்காரனாக அலைக்கழிக்க முடியும்.

"அழைத்தவுடன் வந்தேனே...என்னாயிற்று? அவசரமாக விரட்டித்தானே விட்டீர்கள்..."என்று மட்டம் தட்ட முடியும் அல்லவா?

யுத்தத்தில் வெற்றி பெற்றவுடன்
பிரான்ஸ் நாட்டின் மூவர்ணக் கொடியை
கம்பீரமாக அசைப்பான் நெப்போலியன்

கணவன் போர்க்களத்தில் இருக்கும்போது காதலனுடன் உல்லாச சுற்றுலா போனாள் ஜோஸபின்

ஜோஸபினின் புறக்கணிப்பு

ஜோஸபினின் நினைப்பு நெப்போலியனுக்குள் வேகத்தை அதிகரித்தது.

அவள் மிலன் வந்த மூன்று வாரங்களில், அவனுக்குள் முதன் முறையாக துணிச்சல் குறைந்ததையும் தளபதிகள் உணர்ந்தனர்.

போ நதியைக் கடந்து கேஸ்ட்டிகிளியோனை கைப்பற்ற பிரெஞ்சுப் படை ஆயத்தமாகிக் கொண்டிருந்தது. நதியின் எதிர் கரையில் ஆஸ்திரிய படை தாக்குதலுக்கு தயாராக இருந்தது.

நாம் சற்று பின் வாங்கலாம் என்றான் நெப்போலியன்.

தளபதிகளில் ஆகெரூ ஆத்திரம் அடைந்தான்.

"உங்களுடைய புகழை நிலைநாட்டுவதற்காக நாம் தாக்கியே ஆக வேண்டும்"

மற்ற தளபதிகளும் பிளவுபட்டனர்.

இரவு முழுவதும் நெப்போலியன் தூங்கவில்லை. வரைபடங்களை விரித்து வைத்துக்கொண்டு, வியூகங்ளை வகுத்தான்.

"லொம்பார்டி பிரதேசம் நமது கையில் வருகிறதா இல்லையா என்பது நாளை தெரியும்"

தாக்குதலை தொடங்குவது என்று முடிவு செய்துவிட்டான்.

முடிவெடுத்த அடுத்த நிமிடம், "ஜோஸபின் இப்போது தூங்கிக் கொண்டிருப்பாள். அல்லது யார் கண்டது? செல்ல நாய்க்குட்டியைத் தழுவியபடி சிரித்துக் கொண்டிருப்பாள்" என்று நினைத்துக் கொண்டான்.

அவனுக்குத் தெரியாது. தான் இல்லாத சமயங்களில் எல்லாம் மாற்றுப்பாதை வழியாக, ஹிப்போலைட் சார்லஸ் ஜோஸபினின் படுக்கையைப் பகிர்ந்து கொள்வது!

அதனால்தான், அந்த அதிகாலை நேரத்திலும் அவன் அவளுக்கு கடிதம் எழுதினான்.

"மூன்று நாட்களாக உன்னிடம் இருந்து கடிதம் வரவில்லை. ஆனால், நான் தினமும் கடிதம் எழுதிக் கொண்டிருக்கிறேன். இந்தப் பிரிவு பயங்கரமானது. இரவுகள் நீள்கின்றன. பகல் பொழுதோ ஒரே மாதிரியாக கனக்கிறது"

அவன் இப்படி எழுதிக் கொண்டிருந்த வேளையில், அவள் பாரீசில் உள்ள டால்லியெனுக்கு எழுதிக் கொண்டிருந்தாள்.

"வாழ்க்கை போரடிக்கிறது. செத்துவிடலாம் போல இருக்கிறது" என்று எழுதினாள்.

இருவருக்குமே வாழ்க்கை வேறுபட்டுக் கிடந்தது. அவன் போர்க்களங்களில் சுறுசுறுப்பாக இருந்தான். வெற்றிகளைக் குவித்துக் கொண்டிருந்தான். அவளுக்கு கவுரவம் சேர்ந்து கொண்டிருந்தது. மதிப்பாக நடத்தப்பட்டாள். அவள் வெகு தொலைவில் இருப்பதாக அவன் வருத்தப்பட்டான். அவளோ, அவன் மிக அருகில் இருப்பதாக சங்கடப்பட்டாள்.

அடுத்தநாள், காஸ்ட்டிகிளியோனை பிரெஞ்சுப் படை

கைப்பற்றியது.

மூன்று நாட்கள் கழித்து, ஜோஸபினுக்கு நெப்போலியன் கடிதம் எழுதினான்.

"மை டார்லிங், எதிரி தோற்றுவிட்டான். 18 ஆயிரம் யுத்தக் கைதிகள் பிடிபட்டுள்ளனர். மற்றவர்கள் செத்துப் போனார்கள் அல்லது காயமடைந்துவிட்டனர். இப்போது வும்ஸரிடம் மாண்ட்டுவா மட்டுமே இருக்கிறது. இதுவரை கிடைத்த வெற்றிகளில் இதுதான் மிகப்பெரியது. இத்தாலி, பிரியுலி, டைரோல் என்று பிரெஞ்சுக் குடியரசின் பரப்பளவு விரிவடைந்து கொண்டே இருக்கிறது. இன்னும் சில நாட்களில் அடுத்து ஒன்று சேரப்போகிறது. அதுதான் நமது உழைப்புக்கும் வேதனைக்கும் கிடைக்கிற விருதாக இருக்கும். உனக்கு எனது ஆயிரம் முத்தங்கள்"

இத்தாலியில் அவன் கைப்பற்றிய குட்டி முடியரசுகளின் நிர்வாகிகள் அனைவரையும் மெடோனாவுக்கு வரவழைத்திருந்தான். அனைத்துப் பிரதேசங்களையும் இணைத்து ஒரே குடியரசாக நிறுவும் வகையில் அரசியல் சட்டம் ஒன்றை வகுத்தான். அந்த அரசியல் சட்டத்தை பிரதிநிதிகளிடம் கொடுத்தான். அனைவரும் ஒருமித்த கருத்துக்கு வரும்படி வேண்டுகோள் விடுத்தான்.

அவன் முன்மாதிரி அரசியலை உருவாக்கிக் கொண்டிருந்த சமயத்தில், அவனுடைய மனைவி வேறு நபருடன் காதல் களியாட்டத்தில் ஈடுபட்டிருந்தாள். அல்லது, அவனை நோகடிக்கும் வகையில் கடிதம் எழுதி அனுப்பினாள்.

அப்படி ஒரு கடிதத்திற்கு நெப்போலியன் எழுதிய பதில் கடிதம் விசித்திரமாக இருந்தது.

"உனது கடித வாசகங்கள்... நமக்கு திருமணமாகி அரை நூற்றாண்டு ஆகிவிட்டது போன்ற தொனியை வெளிப்படுத்துகின்றன. வெறுக்கத்தக்க பகை எண்ணங்கொண்ட உணர்வுகளை வெளிப்படுத்துகின்றன. உன்னிடம் அப்படி நான் என்ன எதிர்பார்க்கிறேன்? நீ என்னை காதலிப்பதை நிறுத்திவிட்டாயா? அது பழங்கதை. நீ என்னை வெறுக்கிறாயா? ரொம்பவும் நல்லது. அதைத்தான் நான் விரும்புகிறேன். மதிப்பை இழக்கும் எதுவுமே பகையைத்தான் சேமிக்கும். பளிங்கால் ஆன இதயம், பளபளப்பை இழந்த கண்கள், தளர்ந்த நடை ஆகியவை வித்தியாசமானவை. எனது இதயத்திலிருந்து வெளிப்படுகிறது

ஆயிரம் முத்தங்கள்"

அவள் என்னதான் செய்தாலும் எழுதினாலும் அவளைச் சமாதானப்படுத்திக் கொஞ்சுகிற மனப்பான்மையிலேயே நெப்போலியன் இருந்தான்.

கடிதம் எழுதி முடித்த சில கணத்திலேயே வடக்கே புதிய பிரச்சினை உருவான செய்தி வந்தடைந்தது. அர்கோலா போர்க்களம் பாக்கியிருக்கிறது. கூடுதல் படையை அனுப்பும்படி பாரீசுக்கு செய்தி அனுப்பினான்.

மனக்கசப்பின் உச்சத்தில் இருந்தான். அவனது கசப்புக்கு ஜோஸபின்தான் முக்கியமான காரணமாக இருந்தாள். மிலன் நகருக்குச் சென்று திரும்பும் அவனுடைய நெருங்கிய நண்பர்கள், அரண்மனையில் ஜோஸபின் நடத்தும் கேளிக்கை குறித்து அவ்வப்போது தகவல் தெரிவித்தனர். இருந்தாலும், அவளை நினைக்காமல் வெறுத்து ஒதுக்க அவனால் முடியவில்லை.

இந்தக் கடிதத்தில் அவன் உள்ளத்தின் கொந்தளிப்பை அப்படியே கொட்டியிருந்தான்...

"இனியும் உன்னை நான் காதலிக்கவில்லை. நான் உன்னை வெறுக்கிறேன். நீ வெறுக்கத் தக்கவள். முட்டாள். ஏமாற்றுக்காரி. நீ எனக்கு கடிதம் எழுதுவதில்லை. உனது கணவனை நீ காதலிக்கவில்லை. நாள் முழுவதும் என்ன செய்து கொண்டிருக்கிறாய், மேடம்? உன்னை உயிருக்குயிராய் காதலிக்கும் மனிதனுக்கு கடிதம் எழுதக் கூட நேரமில்லாமல் அப்படி என்ன முக்கியமான வேலை செய்து கொண்டிருக்கிறாய்? உனது நேரம் முழுவதையும் வாங்கிக் கொள்ளும் அந்த இளவரசன் யார்? அதனால்தான் உனது கணவனுக்கு கடிதம் எழுத நேரம் கிடைக்கவில்லையா? கவனமாயிரு ஜோஸபின். ஒரு நல்ல இரவில் கதவுகள் படாரென்று திறக்கும். அங்கே நான் இருப்பேன். நிஜமாகத்தான் சொல்கிறேன். நான் கலைந்து போயிருக்கிறேன். எனக்காக முழுவதும் இனிமையான வார்த்தைகளால் நான்கு பக்கங்கள் எழுது. அந்த வார்த்தைகள் எனது இதயத்தை இதமாக்கி மகிழ்ச்சியையும் உற்சாகத்தையும் கொடுக்கட்டும். இன்னும் சில நாட்களில் உன்னை என் மார்பில் தழுவிக்கொள்வேன் என்று நம்புகிறேன். அப்போது பத்துலட்சம் முத்தங்களால் உன்னை முழுவதும் நான் நனைப்பேன். அந்த முத்தங்கள் பூமத்திய ரேகைப் பிரதேசத்தில் நிலவும் உஷ்ணத்தைப் போல தகிக்கும்"

நெப்போலியனின் உள்ளத்தில் ஜோஸபின் நம்பிக்கைக்கு உரியவளா...இல்லையா என்ற குழப்பம் தீரவேயில்லை. ஆனால்,

சொந்த வாழ்க்கையில் கவுரவமிழந்த மனிதன், நாளை, ராணுவ தளபதி பொறுப்பிலும் கவுரவத்தை இழக்க நேருமோ என்று அஞ்சினான். உலகம் முழுவதையும் ஆளப்போகிறவன் என்று இன்னமும் தன்னை நம்பிக் கொண்டிருக்கிற நெப்போலியனை தினமும் துடிக்க வைத்தாள் ஜோஸபின்.

இப்படிப்பட்ட குழப்பமான நாட்களில் பிரெஞ்சு ராணுவ வீரன் ஒருவன் தற்கொலை செய்துகொண்டான். அப்போது நெப்போலியன் இப்படி ஒரு அறிக்கை வெளியிட்டான்...

"வேதனையையும் துயரத்தின் கோரப்பிடியையும் இந்த ராணுவ வீரன் வெற்றி பெற்றுவிட்டான்"

ஜோஸபினுக்கு கடிதம் எழுதிய இரண்டாம் நாள் அர்கோலா அருகே ஒரு பாலத்தின் மீது நின்று கொண்டிருந்தான் நெப்போலியன். படைவீரர்கள் அணிவகுத்திருந்தனர். அவன் முன்னேறினான். பாலத்தின் மீது எதிரிகள் சரமாரியாக குண்டுகளை வீசி தாக்கினர். ஆற்றைக் கடக்க வேறு வழியே இல்லை. பிரெஞ்சுப் படையினர் சரக்கென்று பின்வாங்க எத்தனித்தனர். நெப்போலியன் முன்னேறினான்.

"தளபதி அவர்களே...இனியும் முன்னேறாதீர்கள். உங்களை கொன்றுவிடுவார்கள். நாங்கள் உங்களை இழந்துவிடுவோம்"

மர்மோண்ட் கத்தினான். அதற்குள் அது நடந்துவிட்டது. ஆம். பல வீரர்கள் குண்டுவீச்சில் தாக்கப்பட்டு சரிந்து விழுந்தனர். பலர் உயிரிழந்தனர். நெப்போலியனை தேடினர். அவன் மீது ஒரு துணைத்தளபதி விழுந்து கிடந்தான். நல்லவேளை நெப்போலியனின் உயிருக்கு ஆபத்தில்லை. அவனுடைய சகோதரன் லூயிஸூம் மோர்மண்டும் அவனை ஒரு பள்ளத்திலிருந்து மீட்டு அழைத்து வந்தனர்.

அடுத்த இரண்டு நாட்களும் சிரமமாகத்தான் இருந்தது. பாலத்தை கடக்க முடியவில்லை. நதியின் வெள்ளம் எதிரியை காப்பாற்றிக் கொண்டிருந்தது.

நெப்போலியன் ஒரு தந்திரம் செய்தான். தனது படைப்பிரிவில் உள்ள குழல் ஊதுகிறவர்களையும் தாரை தப்பட்டை அடிக்கிறவர்களையும் மொத்தம் திரட்டினான். அவர்களை பாலத்தின் அருகே எதிரியின் பார்வையில் படும்படி அரைவட்ட வடிவில் வரிசையாக நிறுத்தினான்.

வழக்கத்திற்கு மாறாக பலத்த ஒலி எழுந்தவுடன் எதிரிகள் பீதியடைந்தனர். பெரும்படை குவிக்கப்பட்டிருப்பதாக கருதினர்.

பாலத்தின் அருகிலிருந்த எதிரிப்படை சரக்கென்று பின்வாங்கியது. இதை நெப்போலியன் பயன்படுத்திக் கொண்டான். பிரெஞ்சுப் படை பாலத்தின் மீது விரைந்தது. எதிரிகள் சரணடைந்தனர்.

மாண்ட்டுவாவும் பிரான்ஸிடம் விழுந்தது.

வெறும் பிரமையை ஏற்படுத்தி எதிரியை தோற்கடித்த நெப்போலியனின் தந்திரம் பிரான்ஸில் பெரிய அளவில் பேசப்பட்டது. அர்கோலா பாலத்தின் மீது வண்ணக் கொடியேந்தி நெப்போலியன் நிற்பதுபோல சித்திரங்கள் வரைந்து விற்கப்பட்டன.

நெப்போலியனுக்குள் நிம்மதி புகுந்தது. அவன் மிலன் நகருக்கு விரைந்தான். இனி அங்கிருந்தபடியே ஆட்சி நடத்தலாம். சில காலம்வரை ஜோஸபினுடன் இஷ்டத்திற்கு விளையாடலாம். அவளுடைய நெருக்கத்தில் நாட்களைக் கழிக்கலாம்.

அரண்மனைக்குள் நுழைந்த நெப்போலியன் ஏமாற்றமடைந்தான். ஆஸ்திரிய தளபதி வும்ஸரை வெற்றி கொண்டுவிடலாம். அவனை சிறைப்பிடித்து விடலாம். ஆனால், ஜோஸபினை அவ்வளவு எளிதில் பிடித்துவிட முடியுமா? ஆம். வீட்டில் ஜோஸபின் இல்லை.

இனி அவனது உணர்ச்சிகளை கொட்டுவதை அவனுடைய வார்த்தைகளிலேயே கேளுங்கள்...

"மிலனுக்கு வந்தேன். உனது வீட்டுக்குள் நுழைந்தேன். எனது சீருடையைக் களைந்தேன். வாளையும் உறைகளையும் கழற்றி வீசினேன். ஆர்வத்துடன் உன்னை என் மார்போடு தழுவ தயாராக வந்தேன். ஆனால், அங்கே நீ இல்லை. நீ வேறெங்கோ அலைந்து திரிகிறாய். உன்னைத் தேடி நான் வரும்போது, நீ எங்கோ ஒளிந்துவிட்டாய். உனது நெப்போலியனைப் பற்றி உனக்கு கவலையே இல்லை. உனது காதலைத் தருவதற்கு மறுக்கிறாய். புத்தி பேதலித்து திரிகிறாய். உன்னுடைய தயவுக்காக உலகமே சந்தோஷமாக காத்திருக்கிறது. உனது கணவன்தான் வருத்தத்துடன் இருக்கிறான்"

அவளில்லாமலேயே நெப்போலியன் இரவைக் கழித்தான். அடுத்தநாள் காலை, பைத்தியக்காரன் போல கடிதம் எழுதத் தொடங்கிவிட்டான்.

"நீ காதலிக்காத ஒருவனின் சந்தோஷத்தைப் பற்றியோ வருத்தத்தைப் பற்றியோ நினைத்து சிக்கலில் மாட்டிக்கொள்ள வேண்டிய அவசியம் உனக்கு இல்லை. உனக்காகவே வாழும் உனது கணவனின் வருத்தத்தில் நீ பங்கேற்க வேண்டாம். நான்

உன்னைக் காதலிப்பதைப் போல நீயும் என்னைக் காதலிக்க வேண்டும் என்று கேட்டால் அது நியாயமல்ல. தங்கத்தின் நிறையை அளவிட வேண்டும் என்று யார் எதிர்பார்க்கிறார்? உனது கவர்ச்சியை எனக்குள் கட்டிப்போட நினைக்கும் என் விருப்பத்தை இயற்கை மறுக்கிறது. என் மீது சிறிதளவு கரிசனம் காட்ட வேண்டும். சிறிதளவு மரியாதை தர வேண்டும். உன் மீது...உன் மீது மட்டுமே காதல் கொண்டிருக்கும் எனக்காக இதையாவது செய்ய வேண்டும் என்றுதான் எதிர்பார்க்கிறேன். எனது பூஜைக்குரிய பெண்ணே...விடைபெறுகிறேன். என்னை நீ காதலிக்கவில்லை என்பது நிச்சயமானால் எனது வேதனையை மறைத்துக் கொள்வேன். அவளுக்கு எப்போது உபயோகப்படுவேனோ அப்போது உதவ தயாராக இருப்பேன். உனக்கு ஒரு முத்தத்தை சேர்த்து அனுப்புவதற்காக எழுதிய கடிதத்தை மீண்டும் திறக்கிறேன். ஆ...ஜோஸபின்! ஜோஸபின்!"

என்ன மாதிரி வார்த்தை பிரயோகங்கள் இவை.

தோல்வியடைந்தவன் என்ன செய்ய வேண்டும்? ராஜினாமா செய்ய வேண்டும். அவன் தனது சுயமரியாதையை காப்பாற்றிக் கொள்ள வேண்டும்.

இப்படி சிந்தித்த நெப்போலியன் அடுத்தநாள் மனதை மாற்றிக் கொண்டான். அதாவது, ஜோஸபினை டிவோர்ஸ் செய்யும் சிந்தனையை கைவிட்டான்.

"நான் அவளை அடைவேன். அவளை என்வசம் இழுப்பதற்கு என்ன செய்ய வேண்டும்? அவளை எப்படி கவர முடியும்?" என்றெல்லாம் யோசிக்கத் தொடங்கினான்.

ஆனால், இப்படியொரு பைத்தியக்காரக் காதலன் தேவையில்லை என்று ஜோஸபின் நினைத்துவிட்டாள். மனித எதார்த்தத்தின் வரம்புக்குள்ளேயே அவள் இருந்தாள்.

ஹிப்போலைட் சார்லஸுடன் அவள் ஜெனோவாவில் இருந்தாள். 9 நாட்கள் காத்திருந்தும் அவள் வராததால் நெப்போலியன் போர்க்களத்திற்கு திரும்பினான்.

அவளுடைய இந்தப் புறக்கணிப்புகள்தான் அவனை எதார்த்த உலகத்திற்கு கொண்டுவந்தன.

பிரான்ஸ் மக்களின் ஹீரோ

பிரான்சில் நெப்போலியன் பெரிய ஹீரோவாகி விட்டான்.

பின்னே சும்மாவா? பிரான்ஸின் புதிய குடியரசின் ஆதிக்கத்தின் கீழ் இன்னொரு புதிய குடியரசை அல்லவா இணைத்திருக்கிறான்.

அவனுடைய புகழ் நாடு முழுவதும் எதிரொலிக்கத் தொடங்கியது.

அனைத்துக் கடைகளிலும் அவனுடைய ஓவியங்கள் பரபரப்பாக விற்றன. நாடகங்களின் இடைவேளையில் நெப்போலியனின் வெற்றிகளை நடிகர்கள் புகழ்ந்து பேசினர்.

அவன் பிரான்ஸ் டைரக்டர்களுக்கு அளித்த அறிக்கைகள் அரசு அறிவிக்கையில் வெளியிடப்பட்டன. அவனுடைய வெற்றிகளைப் புகழ்ந்து பாடல்கள் வெளியிடப்பட்டன. அவனுடைய பெயரால் விருதுகள் அறிவிக்கப்பட்டன. பத்திரிகைகளில் அவனுடைய படங்கள் முக்கியத்துவம் அளித்து வெளியிடப்பட்டன.

பிரான்ஸ் புதிய கவுரவத்தை பெற்று தலை நிமிரத் தொடங்கியது. ஆஸ்திரியாவின் அடுத்தடுத்த தோல்விகள் பிரான்ஸ் மக்களை உற்சாகமடையச் செய்தது.

பிரான்சுடன் சமாதானம் செய்துகொள்வதைத் தவிர ஆஸ்திரியாவுக்கு வேறு வழியில்லை என்ற நிலை உருவாகிக் கொண்டிருந்தது.

இந்தச் சமயத்தில் நெப்போலியனுக்கு பிரான்ஸ் டைரக்டரி புதிய உத்தரவைப் பிறப்பித்தது.

"போப் ஆறாம் பியஸ் தலைமையிலான பாப்பல் மாநிலங்களை கைப்பற்றுங்கள்"

பிரெஞ்சுப் புரட்சியை தொடக்கத்திலிருந்தே எதிர்த்தவர் போப் பியஸ். பிரான்சுக்கு எதிராக முதல் கூட்டுப்படை அமைப்பதையும் ஆதரித்தார். பிரான்சில் ஏற்பட்ட புரட்சி மற்ற ஐரோப்பிய முடியரசுகளில் பரவி விடக்கூடாது என்று விரும்பினார்.

பிரான்சிலும் ஐரோப்பாவிலும் கத்தோலிக்க தேவாலயத்தின் ஆதிக்கம் தலைவிரித்தாடியது. அதை பிரெஞ்சுப் புரட்சி ஒடுக்கிவிட்டது. இதுதான் போப் ஆறாம் பியஸ் பிரான்சுக்கு எதிரான நிலையை எடுக்க காரணமாகியது.

நெப்போலியனின் ஆதிக்கத்தின் கீழ் பெரும்பான்மை

பாப்பல் மாநிலங்கள்

முடியரசுகள் விழுந்துவிட்டன. மிச்சமிருந்தது ரோம் மட்டுமே. நெப்போலியனின் படை பலத்தின் முன் வினாடி நேரத்தில் விழுந்துவிடும் ரோம். ஆனால், அதிகாரத்தால் தூக்கியெறியக் கூடாத முடியரசாக ரோமைக் கருதினான் நெப்போலியன்.

சிறுவனாக இருந்தபோதே ரோம் மீதும் போப் மீதும் அவன் மதிப்பு வைத்திருந்தான். ரோமாபுரியைக் கைப்பற்றும் திட்டம் அவனிடம் இல்லவே இல்லை.

பிரான்ஸ் அரசு உத்தரவிட்டாலும் அவன் அடக்கியே வாசித்தான்.

ஆயிரம் ஆண்டுகளுக்கு மேல் பெருமை பெற்ற வாடிகனை அவமதிக்க அவனுக்கு விருப்பமில்லை. அவன் ராணுவ தளபதியாக மட்டுமின்றி; சிறந்த ராஜதந்திரியாகவும் மாறிக் கொண்டிருந்தான். நயந்து பேசுவது, மிரட்டுவது, பொய்யுரைப்பது, வெளிப்படையாக பேசுவது, தர்க்க ரீதியாக விளக்கம் அளிப்பது என்று

அட்டிலா

ராஜதந்திரத்தின் அனைத்து வடிவங்களிலும் அவன் தனது காரியங்களைச் சாதித்தான்.

இதோ இன்னொரு வாய்ப்பு.

தனது படையை தெற்கு நோக்கித் திருப்பினான். ருபிகானை கடந்தான். அங்கேயே நின்றுவிட்டான். சமாதானத்திற்கு தூது அனுப்பினான். எப்போதுமே இது அவனது பாணியாக இருந்தது.

போப் ஆறாம் பியஸுக்கு வயதாகிவிட்டது. சமாதானமாக போக ஒப்புக் கொண்டார். கோடிக்கணக்கில் பணம் தரவும், வரலாற்றுப் புகழ்மிக்க நூறு ஓவியங்கள், மார்பளவுச் சிலைகள் என பிரான்ஸ் தூதர்கள் கேட்ட அனைத்தையும் தர ஒப்புக்கொண்டார். ஜூனியஸ் புரூட்டஸ், மார்கஸ் புரூட்டஸ் ஆகியோரின் மார்பளவுச் சிலைகளை தர வேண்டும் என்று நெப்போலியன் வற்புறுத்தினான். இதை போப் ஏற்கவில்லை.

கோர்சிகா தீவைச் சேர்ந்த ரோமன் கத்தோலிக்கனான நெப்போலியன் ருபிகான் ஆற்றைக் கடந்தாலும் ரோம் நகருக்குள் படை நுழைய தடை விதித்தான்.

ஆனால், தனது வேண்டுகோளை ஏற்க போப் மறுத்ததும், இரண்டாவது வாய்ப்பை வழங்கினான். அப்போதும் ரோம் நகருக்குள் நுழையவில்லை.

ரோம் நகரைவிட்டு தப்பிக்க போப் ஆறாம் பியஸ் ஏற்பாடுகளைச்

செய்வதாக கேள்விப்பட்டான். தனது சொத்துக்களையெல்லாம் வாரிச்சுருட்டிக் கொண்டு ஓடிவிட்டால், பிரான்சுக்கு என்ன கிடைக்கும்?

உடனே, ஒரு தூதரை அனுப்பினான்.

“கி.மு. ஆறாம் நூற்றாண்டில் வாழ்ந்த அட்டில்லா என்ற மன்னன் ஜெர்மனியைப் பறித்து ரோம ஹுன் சாம்ராஜ்யத்தை அமைத்தான். அதைப்போல நான் ரோம் சாம்ராஜ்யத்தை கைப்பற்றி புதிய பேரரசு அமைக்க விரும்பவில்லை. என்னை அப்படியே எடுத்துக் கொண்டாலும் கவலையில்லை. ஆறாம் பியஸ் எங்கிருந்து அரசியல் கற்றுக்கொண்டார். இவருக்கு முன்னால் போப் பதவி வகித்த பத்தாம் லியோவிடமிருந்துதானே...”

வரலாற்று நாயகன் வடிவம் எடுத்தான் நெப்போலியன். அப்போதும், உடன்படிக்கையில் கையெழுத்திட போப் தயக்கம் காட்டுவதாக தகவல் கிடைத்தது. உடனே, போப்பின் தூதர்களை வரவழைத்தான். உடன்படிக்கை காகிதங்களை சுக்கு நூறாக கிழித்து தீயில் போட்டான்.

“கேட்டுக்கொள்ளுங்கள்... நான் அமைதிப் பேச்சு நடத்தவில்லை. பகைமையைத் தற்காலிகமாக தீர்த்துக் கொள்ளவே இந்த முயற்சி. இனி, அதற்கு இடமில்லை”

அவனுடைய ஆவேசம் போப் ஆறாம் பியஸை நடுங்கவைத்தது. கேட்பவற்றைத் தர தயாரானார். ஆனால், நெப்போலியனின் கோரிக்கைகள் இருமடங்காக அதிகரித்தன. வேறு வழியில்லை. அள்ளிக் கொடுத்தார் போப். அத்துடன் அன்பொழுகும் கடிதம் வேறு! ஆம். “அன்புள்ள மகனுக்கு...” நெப்போலியனை அழைத்திருந்த போப், பிரெஞ்சுப் புரட்சிக்கு ஆசியையும் வழங்கியிருந்தார்.

போப் ஆறாம் பியஸுடன் நடைபெற்ற அமைதி உடன்படிக்கை முடிந்தவுடன், தனது படையெடுப்பின் அடுத்த கட்டத்திற்கு ஆயத்தமானான் நெப்போலியன்.

1797 ஆம் ஆண்டு மார்ச் மாதம் லொம்பார்டிக்கு வெளியே தனது படையை முன்னேற்றினான். மாதத்தின் இறுதியில் அவன் ஸ்டைரியாவை அடைந்திருந்தான். அடுத்த சில நாட்களில் வியன்னாவிலிருந்து அணிவகுத்தான்.

அவனுடைய ராணுவத்துக்கு துணையாக ரைன் நதிக்கரையிலிருந்து இன்னொரு பிரிவு நகர்ந்து வந்தது. அது எதிர்ப்புகளை முறியடித்து முன்னேறியது. நெப்போலியன் தனது

போப் ஆறாம் பியஸ்

ராணுவத்தை குறிப்பிட்ட இடத்தில் நிறுத்தினான். ஆஸ்திரிய பேரரசர் பிரான்சிஸுக்கு அமைதியை வலியுறுத்தினான்.

பிரான்ஸ் நாட்டில் டைரக்டரியின் நிலை குறித்து அவனுக்கு அவ்வப்போது டேலிரென்ட் என்பவர் தகவல் அனுப்பிக் கொண்டிருந்தார். பதினாறாம் லூயி மன்னருடைய காலத்திலிருந்து பிரான்ஸ் அரசியலில் பணிபுரிபவர் அவர்.

பிரான்ஸ் குடியரசான பிறகு அங்கு முதன்முதலில் தேர்தல் நடைபெறவிருந்தது. அங்கு, மன்னராட்சி ஆதரவாளர்களின் கை ஓங்கிவருவதை நெப்போலியன் அனுமானித்தான். எனவே, வெளியிலிருந்தே தனது நிலையை வலுப்படுத்த முடிவெடுத்தான்.

ஆஸ்திரியாவுடன் அமைதி முயற்சிக்கு வழி ஏற்படுத்தினான்.

ஆஸ்திரிய பேரரசர் பிரான்சிஸின் சகோதரரும் ராணுவத்தின் தலைமை தளபதியுமான சார்லஸுக்கு ஒரு கடிதம் எழுதினான்.

"தளபதி அவர்களே... நமது வீரர்கள் போர்புரிவதை விரும்பவில்லை. போர் தொடங்கினால் ஆறு ஆண்டுகளுக்கு மேல் நீடிக்கும். ஏராளமானோர் கொல்லப்படுவார்கள். எமது படையெடுப்பு நெடுகிலும் மனிதத்தன்மையுடன் நடந்து கொண்டிருக்கிறோம். பிரான்சின் எதிரிகள் பலரும் ஆயுதங்களைக் கீழே போட்டு சரணடைந்திருக்கின்றனர். அமைதி முயற்சியை மேற்கொள்வதுதான் சரி"

அவனுடைய நீண்ட கடிதத்தை படித்த சார்லஸ், பேரரசருக்கு நிலைமையை புரியவைப்பதற்கு முயற்சி செய்தார். நெப்போலியனின் திடமான நடவடிக்கைகளை விளக்கினார். அவனுடைய கூற்றுப்படி போர் தொடங்கினால், நீண்டநாள் நீடிக்கும். உயிர்ச்சேதம் சொத்து இழப்பு என பெரிய நெருக்கடி ஏற்படும் என்பதை தெளிவுபடுத்தினார்.

அமைதி உடன்பாடு எட்டப்பட்டுவிடும் என்பதை பிரான்ஸ் அரசின் டைரக்டர்கள் உணர்ந்தனர். அவர்களுக்கு நெப்போலியனின் செல்வாக்கு உயர்ந்துவிடுமோ என்ற பயம் பிடித்துவிட்டது. எல்லாம் முடிந்து நாடு திரும்பினால் தங்களை தூக்கிக் கடாசி விடுவான் என்று நினைத்தனர்.

"பொறுங்கள். நாங்கள் அனுப்பும் தூதர் வரும்வரை காத்திருங்கள். அவர் வந்தவுடன் அமைதிப் பேச்சை தொடங்குங்கள்"

டைரக்டர்களின் உத்தரவை ஒதுக்கித் தள்ளினான். தனது விருப்பப்படி பேச்சை தொடர்ந்தான்.

பெல்ஜியத்தையும் லொம்பார்டியையும் பிரான்சுக்கு கொடுத்து விடுங்கள் என்பது நெப்போலியனின் கோரிக்கை.

அவர்கள் மாற்று திட்டங்களை யோசித்துக் கொண்டிருந்தார்கள். பேச்சுவார்த்தை நீண்டு கொண்டேயிருந்தது.

அந்தச் சமயத்தில் வெனிசிலிருந்து ஒரு தகவல் வந்தது. அங்கு, பிரான்ஸ் வீரர்களுக்கு எதிராக வன்முறை கட்டவிழ்த்து விடப்பட்டதாகவும், பல பிரெஞ்சு வீரர்கள் கொல்லப்பட்டதாகவும் அறிந்தான். வெனிஸை விட்டு வைக்கிறோமே என்று கவலையில் இருந்தான். இப்போது வெனிஸும் பிரான்ஸின் வலையில் விழுந்துவிட்டது.

பிரான்ஸ் அரசு டைரக்டர்களுக்கு ஒருபுறம் மகிழ்ச்சிதான். ஆனால், நெப்போலியனின் செல்வாக்கு அதிகரிப்பதுதான் அவர்களுக்கு பயம்.

அதையும் அவன் போக்கினான். நீங்கள் உங்கள் வேலையைப் பாருங்கள். நான் நமது ராணுவத்திற்கு தேவையான உணவைச் சம்பாதிக்க வேண்டும். அவர்களுக்கு தேவையான வசதிகளை செய்து தரும் நிலையில் நீங்கள் இல்லை. எனவே, எதற்காகவும் காத்திருக்க முடியாது என்று தெளிவாக கூறிவிட்டான்.

ஐரோப்பாவில் தனது லட்சியம் முடிவடையும் நிலையில் இருந்தது. அவனுக்கு ஆஸ்திரியா மட்டுமே பதில் தெரிவிக்க வேண்டும். அதன் பிறகு அவனுடைய லட்சியம் கிழக்கு நோக்கி இருந்தது. மத்தியத்தரைக்கடல் பிரதேசத்தை பிரான்ஸ் ஆக்கிரமிக்க வேண்டும். கிழக்கில் உள்ள பேரரசுகளில் மட்டும் 60 கோடி மக்கள் வசிக்கிறார்கள். அந்த பேரரசுகளுடன் ஒப்பிடும்போது ஐரோப்பா வெறும் மலைக்குன்று.

எகிப்து மீது படையெடுக்க வேண்டும். இங்கு இதுவரை சாதித்தது கையளவுதான். இன்னும் பிரமாண்டமாய் சாதிக்க வேண்டும் என்றான் தனது தளபதி பவுரியன்னேவிடம்.

தனது சாதனையை குடும்பத்தினர் அனைவரும் நேரில் பார்க்க வேண்டும் என்று விரும்பினான் நெப்போலியன். உடனே, தனது தாய் லெட்டிஸியாவையும் சகோதரர்கள் மற்றும சகோதரிகளையும் மிலன் நகருக்கு வரவழைத்தான்.

அவர்கள் வந்ததும் மோண்டிபெல்லோ அரண்மனை கலகலப்பானது. ஆனால், ஜோஸபின் இன்னும் முகத்தைத் தூக்கி வைத்திருந்தாள். அவளுடைய நடவடிக்கைகள் லெட்டிஸியாவுக்கு பிடிக்கவில்லை.

அவர்கள் தனது சந்தோஷத்தை கெடுக்க வந்திருப்பதாக ஜோஸபின் நினைத்தாள்.

ஆஸ்திரியா மீது நெப்போலியனின் யுத்தம்

உள்ளத்தில் தெளிவு

மிலன் நகரின் அருகே அமைந்திருந்தது அந்த பிரமாண்டமான அரண்மனை.

மோண்டிபெல்லோ என்பது அதன் பெயர்.

அது, இப்போது அரசவை போல மாறியிருந்தது. இத்தாலியில் நெப்போலியன் வெற்றி பெற்ற பிரதேசங்களின் இளவரசர்கள் உயரதிகாரிகள் என ஏராளமானோர் வந்து போய்க் கொண்டிருந்தனர்.

புதிய குடியரசின் பொறுப்பாளர்களாக அந்த மக்களுடைய பிரதிநிதிகளை நியமித்துக் கொண்டிருந்தான் நெப்போலியன். தனது ராணுவத்திலும் அவர்களுக்கு இடம் அளித்தான்.

இளவரசர்களும் உயர்குடியினரும் வந்து நெப்போலியனுக்கு தங்கள் மரியாதையை செலுத்தினர்.

எப்போதும் கூட்டம் நிரம்பி வழிந்தது.

தனது பெருமைகளை நேரில் பார்ப்பதற்காக தனது தாயையும் உடன்பிறந்தோரையும் அழைத்திருந்தான். அங்கேயே, தனது சகோதரிகளின் திருமணம் குறித்தும் முடிவெடுக்க திட்டமிட்டிருந்தான்.

ஆஸ்திரியாவுடன் இன்னும் உடன்படிக்கை கையெழுத்தாகவில்லை. அவன் இப்போது பாரீசில் இருக்க வேண்டும்.

ஆனால், அவன் போக விரும்பவில்லை. இன்னும் சில மாதங்கள் இத்தாலியிலேயே தங்கியிருக்க விரும்பினான். பிரான்சில் அரசியல் நிலைமை சுமூகமான பிறகு அங்கே செல்வதுதான் நல்லது என்று முடிவெடுத்திருந்தான்.

ஆஸ்திரியாவுடன் உடன்படிக்கை ஏற்பட்டவுடன் இத்தாலியில் கைப்பற்றிய பிரதேசங்களை ஒருங்கிணைக்க வேண்டிய வேலை பாக்கியிருந்தது.

ஒருநாள் காலை ஆசுவாசமாக தாயிடம் வந்தான்

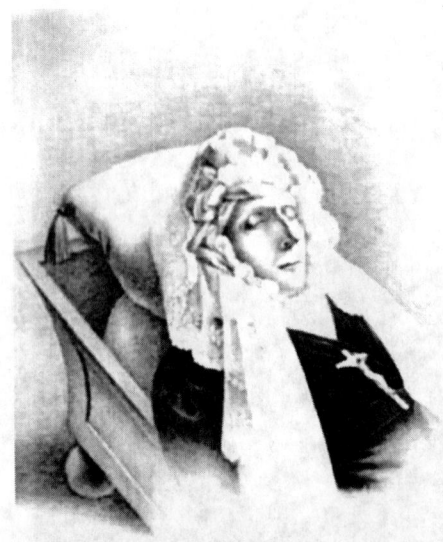

நெப்போலியனின்
தாய் லெட்டிசியா

நெப்போலியன்.

மகனை ஆரத்தழுவினாள் லெட்டிஸியா. தனக்குள் இருந்த துணிச்சலை முழுமையாக பெற்றுக் கொண்டவன். தனது தாய்மண் அடிமையான போது தனக்கு ஏற்பட்ட கவலையை வயிற்றுக்குள்ளேயே உள்வாங்கி வளர்ந்தவன். இதோ, 27 வயதில் வரலாற்று நாயகனாக உயர்ந்து நிற்கிறான். மன்னர்களும் அறிஞர்களும் வந்து வணங்கிச் செல்கின்றனர்.

"எனக்கு மிகவும் பெருமையாக இருக்கிறது. ஆனால், நீதான் மெலிந்துவிட்டாய். உனது உடை நேர்த்தியாக இல்லை"

"அது ஒரு விஷயமே இல்லை. நான் நன்றாகத்தான் வாழ்கிறேன்"

"ஆமாம். பின்வரும் தலைமுறையினருக்காக வாழ்கிறாய்"

"என்ன சொல்கிறாய் அம்மா. சாகும் தறுவாயில் சொல்வதைப்போல..."

நெப்போலியன் அவளை விட்டு விலகிச் செல்லும் போது...

"அம்மா, உங்களை நன்றாக கவனித்துக் கொள்ளுங்கள். நீங்கள் இறந்துவிட்டால், பிறகு என்மீது அதிகாரம் செலுத்த இந்த உலகத்தில் யாருமே இல்லை" என்றான்.

தங்கை பவுலின்

மூன்று சகோதரர்கள், மூன்று சகோதரிகள், தாய்மாமா ஃப்ரெஸ்ச் என குடும்பத்தினர் அனைவரும் கூடியிருந்தனர். சகோதரி பவுலினுக்கு அவள் விருப்பப்படியே தளபதி லெக்லெர்க்கை திருமணம் செய்ய நெப்போலியன் சம்மதித்தான்.

அப்போது, தனது மறுப்பை தெரிவித்தாள் ஜோஸபின். பவுலினுக்கு இது பிடிக்கவில்லை. அவளுக்கு மட்டுமல்ல, தாய் லெட்டிஸியாவுக்கும் பிடிக்கவில்லை. தனது மகனுக்கேற்ற மனைவி இவளில்லை என்று லெட்டிஸியா கருதினாள். அவளுடைய அந்தரங்க நடவடிக்கைகளை அவள் கவனித்திருந்தாள். எனினும், மாமியாரை சமாதானப்படுத்தவோ தனது நடவடிக்கைகளை மாற்றிக் கொள்ளவோ அவள் முயற்சிக்கவில்லை.

மோண்டிபெல்லோ தேவாலயத்தில் பவுலினுக்கும் லெக்லெர்க்கிற்கும் திருமணம் நடைபெற்றது. இன்னொரு சகோதரி எலிஸாவுக்கும் பாஸியோச்சி என்பவருக்கும் ஏற்கெனவே திருமணம் முடிந்திருந்தது. அவர்களும் தங்கள் திருமணத்திற்கு அந்த தேவாலயத்தில் ஆசி பெற்றுக் கொண்டனர்.

இந்த நிகழ்ச்சிகள் முடிந்தவுடன் தாய் லெட்டிஸியா தனது சொந்த தீவான கோர்ஸிகாவுக்கு புறப்பட்டாள்.

தங்கை
எலிஸா

அவளை அனுப்பி வைத்த நெப்போலியனுக்குள் கோர்சிகா தீவு பற்றிய சிந்தனை மீண்டும் எழுந்தது.

இப்போது, அந்தத் தீவு ஆங்கிலேயர்களின் பாதுகாப்போடு பவோலியின் பிடியில் இருந்தது.

உடனே, திட்டமிட்டான். பிரெஞ்சுக்காரர்கள் 24 பேர். பெருமளவு பணத்தையும் ஏராளமான ஆயுதங்களையும் எடுத்துக் கொண்டு கோர்சிகாவில் இறங்கினார்கள். அந்தத் தீவின் தேசபக்தர்களைச் சந்தித்துக் கொடுத்தனர். ஏராளமான துண்டறிக்கைகள் போஸ்ட்டர்களை அச்சிட்டுக் கொடுத்தனர்.

அவர்களுக்கு உதவுவதற்காக தனது நண்பர் சாலிசெடியை அனுப்பிவைத்தான்.

வெகுவிரைவில் கோர்சிகா விடுவிக்கப்பட்டது.

"நாங்கள் வெளியேற்றப்பட்டு நான்காண்டுகளில் தீவு விடுவிக்கப்பட்டதா?"

லெட்டிஸியாவின் மனதில் பெருமிதம் பொங்கியது. மூன்று ஆண்டுகள் நேரடியாக பங்கேற்று சாதிக்க முடியாத காரியத்தை தூரத்திலிருந்தபடி தனது ஆட்களைக் கொண்டு சாதித்தான்

ஆதனூர் சோழன்   133

தங்கை கரோலின் குழந்தைகளுடன் நெப்போலியன்.

தீவின் தலைமைத் தளபதியாக தனது சகோதரியின் கணவரை நியமித்தான். இப்போது தனது பூர்வீக மண் விடுதலை பெற்றுவிட்டது. இனி எப்போது வேண்டுமானாலும் அங்கு செல்ல முடியும். நெப்போலியன் புன்னகைத்துக் கொண்டான்.

தனது செல்வாக்கு உயர உயர ஆபத்தும் அதிகரிப்பதை உணர்ந்திருந்தான் நெப்போலியன். இதற்காகவே நன்கு திறமைவாய்ந்த நாற்பது பேரை தேர்வு செய்து பாதுகாவலர்களாக நியமித்தான். அவனைப் பார்க்க வரும் எவ்வளவு பெரிய அதிகாரியாக இருந்தாலும் அவனை தழுவ முடியாது. தூரத்திலிருந்தே மரியாதையை செலுத்த வேண்டும்.

பார்ப்பதற்கு உறுத்தாமல் பக்குவமாக சமாளித்தனர் பாதுகாவலர்கள்.

வரும் தலைமுறையினர் தன்னைப்பற்றி அறிந்து கொள்வதற்கு தகுந்தபடி வரலாற்றை உருவாக்குவது யார்?

நெப்போலியனுக்குத் தெரியும். பிரான்சில் தனது புகழைப் பரப்புவதற்கு இரண்டு நாளிதழ்களை தொடங்கியிருந்தான். ராணுவ வீரர்களுக்கு மட்டும் என்ற பெயரில் தொடங்கப்பட்ட அந்த நாளிதழ்கள் பொதுமக்களுக்கும் வினியோகிக்கப்பட்டது. தனது சார்பில் செய்தித் தொடர்பாளர் ஒருவரை நியமித்தான்.

தம்பி லூயிஸ்

சரித்திரத்தில் செய்தித் தொடர்பாளர் நியமித்த முதல் தலைவன் நெப்போலியன்தான். அந்த செய்தித் தொடர்பாளர் நெப்போலியனின் புகழை பரப்புவதையே வேலையாக வைத்திருந்தார். பிரான்சின் டைரக்டர்களை பின்னுக்குத் தள்ளி, நெப்போலியனை முன் வரிசைக்கு கொண்டுவருவதில் அவர் திறமையாக பணியாற்றினார்.

நிஜம் அதுதான். டைரக்டர்கள் மேனாமினுக்கிகள். நெப்போலியனின் வெற்றிகள் இல்லையென்றால் பிரான்ஸை அவர்கள் வழி நடத்தவே முடியாது.

1797ல் மூன்றாவதாக ஒரு நாளிதழை தொடங்கினான். இது மன்னராட்சி ஆதரவாளர்களுக்கு எரிச்சலை ஏற்படுத்தியது. அவர்கள் நெப்போலியனுக்கு எதிராக பல குற்றச்சாட்டுகளை பரப்பினர். இத்தாலியை அவன் கொள்ளையடிப்பதாகவும், ஆஸ்திரியாவை மிரட்டி பணியவைக்க முயற்சி செய்வதாகவும் அவர்கள் குற்றம் சாட்டினர்.

அந்த ஆண்டு இறுதியில் தேர்தல் நடக்கவிருந்த நிலையில், ஆஸ்திரியாவுடன் அமைதி முயற்சியில் நெப்போலியன் ஈடுபடக் கூடாது என்று அவர்கள் வலியுறுத்தினர்.

இது ஒருபுறமிருக்க, வரலாற்று அறிஞர்கள், கவிஞர்கள், ஓவியர்கள், அறிவியலாளர்கள் என மோண்டிபெல்லோ

தம்பி லூசியான்

அரண்மனை நிரம்பிவழிந்தது. அவர்கள்தானே நெப்போலியனை முழுமையாக வெளிப்படுத்த முடியும்.

நிறைய பேசினான். பேசும்படி செய்தான். அரசியல் குறித்த விவாதம் நடைபெற்றது. விவாதத்திற்கு இடையே கேள்விகளை கேட்கும்படி செய்தான். கேள்விகளுக்கு பதிலளித்தான். கதைகள் சொல்லும்படி பரிந்துரைத்தான். ஆனால், யாரும் முன்வரவில்லை. உடனே, தனக்குள் கருத்தரித்து வளர்த்த கதைகளைச் சொன்னான்.

அழகிய பெண்கள் தங்கள் காதல் கணைகளை அவன் மீது வீசினார்கள். ஆனால், அவன் மயங்கவில்லை. அவனை ஜோஸபின் முழுமையாக ஆக்கிரமித்திருந்தாள். ஒரு ஆண்டுக்கு முன் அவள்மீது பைத்தியமாக இருந்தது போல இப்போது இல்லை.

இப்போதெல்லாம் கெஞ்சுவது இல்லை. புலம்பல் இல்லை. அவளைப் பார்ப்பான். லேசாக புன்னகைப்பான். தேவைப்பட்டால் கேட்பான். நேரம் இருக்கிறதா என்பான்... ஆனால், போர்க்களங்களில் இருக்கும் சமயங்களில் கடிதம் எழுதுவதை நிறுத்தவில்லை. அதிலும் கூட மிகவும் குழைய மாட்டான்.

"நீ வருத்தமாக இருக்கிறாய். எனக்கு எழுதுவது இல்லை. பாரீஸை நோக்கி அலைபாய்கிறாயா? என்னை கவனிக்க வேண்டும் என்ற எண்ணத்தையே நிறுத்திவிட்டாயா? விரைவில் வருகிறேன். எனக்காக நேரம் ஒதுக்குவாயா? நீதான் என்மீது ஆதிக்கம் செலுத்தும் ஒரே பெண். எனது வாழ்க்கை முழுவதும் உனக்குத்தான்" என்று எழுதுவான்.

அரண்மனையில் ஆரவாரம் ஓய்ந்தது. போப் ஆறாம் பியஸுடன் உடன்படிக்கை கையெழுத்தாகிவிட்டது. ஆஸ்திரியா மட்டுமே மிச்சம். உறவினர்கள் எல்லோரும் சென்றுவிட்டனர். நெப்போலியனுக்கு தனிமை கிடைத்தது. ஜோஸபின் அவனிடம் சரணடைந்துவிட்டாள். எங்கே அவன் தன்னை விட்டு ஒதுங்கிவிடுவானோ என்ற பயம் வந்துவிட்டது.

அவனுடன் இழைந்தாள். அவன் அவளை அழைத்துக் கொண்டு வரலாற்று புகழ்மிக்க இடங்களில் இயற்கையோடு இணைந்து உறவு கொண்டான். முதன்முறையாக அவனுடைய விருப்பத்தையெல்லாம் அவள் நிறைவேற்றினாள். திருமண உறவை முழுமையாக அனுபவித்தான் நெப்போலியன்.

நெப்போலியன் எதிர்பார்த்த தேர்தல் முடிந்தது. அவன் நினைத்தது மாதிரியே முடிவுகள் அமைந்தன. மன்னராட்சி ஆதரவாளர்கள் பெரும்பான்மையாக வெற்றி பெற்றனர். நாடாளுமன்றத்தின் இரு அவைகளிலும் அவர்கள் ஆதிக்கம் அதிகரித்தால் தனது இஷ்டப்படி செயல்பட முடியாது என்பது நெப்போலியனுக்குத் தெரியும்.

வெற்றிச் செய்தி வெளியானவுடன் டைரக்டர்கள் பதற்றம் அடைந்தனர். மன்னராட்சி ஆதரவாளர்கள், ஆஸ்திரியாவுடன் அமைதி உடன்படிக்கை ஏற்படுத்தும் முயற்சியை நிறுத்தும்படி நெப்போலியனுக்கு உத்தரவிட்டனர்.

அவன் ஆவேசமடைந்தான். தனது தளபதி ஆகெருவை படையுடன் பிரான்சுக்கு அனுப்பினான். 1797 செப்டம்பரில் அவன் பிரான்சுக்கு வந்து ஜாக்கபின் தலைவர்களுக்கும் பிரான்ஸ் டைரக்டர்களுக்கும் பாதுகாப்பளித்தான். மன்னராட்சி ஆதரவாளர்களின் அதிகாரம் ஒடுக்கப்பட்டது.

அதைத் தொடர்ந்து டைரக்டர்கள் நிம்மதி அடைந்தனர்.

பிரான்சில் டைரக்டர்கள் நிம்மதி அடைந்தாலும், நெப்போலியனை சார்ந்தே இருக்க வேண்டிய நிலை ஏற்பட்டது.

இதைத்தானே எதிர்பார்த்தான் நெப்போலியன்.

தம்பி ஜெரோம் மனைவியுடன்

ஆனால், ஆஸ்திரியர்கள் ரொம்பவும்தான் அவனது பொறுமையைச் சோதித்தனர்.

கேம்போ ஃபார்மியோவில் ஜெர்மன் அதிகாரிகளும் ஆஸ்திரிய அதிகாரிகளும் நீண்ட விவாதங்களில் நாட்களை தள்ளிக் கொண்டிருந்தனர். புதிது புதிதாய் குறிப்புகளை அளித்துக் கொண்டிருந்தனர்.

ஒரு கட்டத்தில் நெப்போலியன் ஆத்திரத்தின் உச்சிக்கே போய்விட்டான்.

"இதோ பாருங்கள்... பிரான்சின் வல்லமை உங்களுக்குத் தெரியும். நான் நினைத்தால் இரண்டே ஆண்டுகளில் ஐரோப்பா முழுவதையும் பிரான்சுடன் இணைக்க முடியும். நான் அதை விரும்பவில்லை. எனக்குத் தேவை பிரான்ஸ் மக்களுக்கு அமைதி..."

அவன் கொந்தளிப்பதைப் பார்த்தவுடன் பேரரசர் பிரான்சிஸ் பணிந்துவிட்டார். யுத்தம் தொடங்கினால் என்னாகும் என்பதை

அவர் அறிந்திருந்தார். ஜெர்மனியும் ரைன்லாந்தும் பிரான்சின் பொறுப்புக்கு வந்தன.

தனது நம்பிக்கைக்குரிய ஆகெரூவை ஜெர்மனியின் தளபதியாக நியமித்தான் நெப்போலியன்.

அமைதி உடன்படிக்கை கையெழுத்தான வேகத்தில், பிரான்ஸ் டைரக்டர்களுக்கு ஒரு கடிதம் எழுதினான்.

"இதையடுத்து, இங்கிலாந்து மன்னராட்சியை உடனடியாக தூக்கியெறிய வேண்டியது அவசியம். அதை விட்டுவைத்தால் அவர்களுடைய தந்திரங்களால் பிரான்ஸ் சீரழிவையே சந்திக்கும். நாம் நமது கப்பல் படையை வலுப்படுத்த வேண்டும். அப்போதுதான் நாம் இங்கிலாந்தை நசுக்க முடியும். அதன்பிறகு ஐரோப்பா நமது காலடியில் கிடக்கும்" என்று குறிப்பிட்டான்.

கப்பல் படைப் பிரிவுக்கு ஒரு அறிக்கையை தயாரித்து வெளியிட்டான்.

"தோழர்களே...நிலத்தில் நாம் அமைதியை நிலைநாட்டி விட்டோம். இனி, கடல்பகுதியை கையகப்படுத்த வேண்டும். உங்கள் உதவியில்லாமல் இது சாத்தியமில்லை. உங்கள் உதவியோடு சமுத்திரத்தை கடப்போம். நமது நாட்டின் பெருமையை தொலைதூர நாடுகளுக்கும் தெரியவைப்போம்"

நெப்போலியனின் மனதில் பிரமாண்டமான திட்டங்கள் இருந்தன.

ஆஸ்திரியாவின் ஆணவத்தை அடக்கியவுடன், மிலன் நகருக்கு வந்தான் நெப்போலியன். தான் வென்ற பிரதேசங்கள் அனைத்தையும் சிஸால்பைன் குடியரசு என்ற பெயரில் ஒருங்கிணைத்தான்.

"உலகிலேயே உங்களுடைய தேசம்தான் பிரிவினைச் சண்டைகள் இல்லாமல், விடுதலை பெற்ற முதல் தேசம். இங்கு புரட்சி இல்லை. அடிதடியும் இல்லை. நாங்கள் உங்களுக்கு விடுதலை வழங்கியிருக்கிறோம். இதை எப்படி பாதுகாப்பது என்பதை நீங்கள் தெரிந்து கொள்ள வேண்டும். உங்கள் பலத்தை அறிந்து கொள்ளும் உணர்வு வேண்டும். சுதந்திர மனிதனுக்குத் தேவையான சுயமரியாதையைக் கற்றுக் கொள்ள வேண்டும்..."

என்று முழக்கமிட்டான்.

"நான் என்னவெல்லாம் நடக்கும் என்று நினைத்தேனோ...அவையெல்லாம் நடந்துவிட்டன.

எதிர்காலத்திலும் நடக்கும். நடந்தவை அனைத்தும் மற்றவர்களுக்கு ஆச்சர்யமாக இருக்கும். உலகில் ஆச்சரியப்படாத ஒரே நபர் நானாகத்தான் இருப்பேன். எனது வழியில் இதேபோல தொடருவேன்”

தளபதி பவுரியனேவிடம் கூறினான் நெப்போலியன்.

1797 டிசம்பர் மாதம். சுமார் இரண்டு ஆண்டுகள் முடிந்துவிட்டன. இத்தாலியை விட்டு பிரான்சுக்கு புறப்பட்டான். சாரட் வண்டியில் அவனுக்கு அருகே அமர்ந்திருந்தான் பவுரியனே.

“இதுபோல இன்னும் சில படையெடுப்புகளுக்கு தலைமையேற்க வேண்டும். எதிர்காலத்தில் நமக்கு போதுமான அளவு பெயர் சேர்த்து விடலாம்”

பவுரியனே குறுக்கிட்டான்...

“இப்போதே போதுமான புகழ் சேர்த்துவிட்டீர்கள்”

நெப்போலியன் சிரித்தான்.

“நீ நினைப்பது தவறு பவுரியனே. இன்றைக்கு நான் இறந்தால்...உலக வரலாற்றில் எனக்காக அரைப்பக்கம்தான் ஒதுக்குவார்கள்”

நெப்போலியனுக்கு எல்லாம் தெரிந்திருந்தது. தனது தளபதியை பெருமிதத்துடன் பார்த்தான் பவுரியனே.

படை வரிசை பிரான்சை நோக்கி விரைந்து கொண்டிருந்தது.

தோல்வியடைந்த ஆஸ்திரிய மன்னர் சமாதானத்திற்கு வந்தார்

வெற்றி திருமகனுக்கு விழா

லக்ஸம்பர்க் அரண்மனை ஜொலித்துக் கொண்டிருந்தது.

நெப்போலியனை வரவேற்க ஆயிரக்கணக்கானோர் கூடியிருந்தனர்.

அலங்கார வளைவுகள், தோரணங்கள் என ஆரவாரமான ஏற்பாடு தூள் பறந்தது. பிரெஞ்சுப் புரட்சியின் முழக்கங்கள் பொன் எழுத்துக்களால் பொறிக்கப்பட்டிருந்தன.

டிசம்பர் மாத குளிரில் மே தின விழாவுக்கான ஏற்பாடுகளை செய்திருந்தனர்.

முன் வரிசையில் அழகிய பெண்கள் ஆக்கிரமித்திருந்தனர். அவர்கள் அதிகாரத்தில் இருப்போரின் நண்பர்கள். இளம் மாவீரனை அருகில் பார்க்க வேண்டும் என்று அவர்கள் விரும்பினர்.

நெப்போலியன் மேடைக்கு வரப்போவதற்கான ஆயத்தம் தெரிந்தது. ஆம். டைரக்டர்கள் ஐந்து பேரும் மேடைக்கு வந்தனர்.

விடுதலை கீதம் இசைக்கப்பட்டது. விழா நடந்த மண்டபத்தின் ஜன்னல்களிலும் கூரைகளிலும் மக்கள் தலையை நீட்டி பார்த்தனர்.

அதோ வருகிறார்... அதோ வருகிறார்...நெப்போலியன் மேடையை நோக்கி வந்துகொண்டிருந்தான். ராணுவ சீருடை அணிந்திருந்தான். தன்னுடன் மிகப்பெரிய பேப்பர் சுருளைக் கொண்டுவந்தான். அவனுக்கு அருகில் சீருடை அணிந்த பாதுகாவலர்கள் வந்தார்கள்.

மேடையில் கால் வைத்ததும் எங்கிருந்தோ பீரங்கிக் குண்டு வெடிக்கும் சத்தம் கேட்டது. நெப்போலியனுக்கு அரசு மரியாதையுடன் அளிக்கப்பட்ட வரவேற்பு.

அதைத் தொடர்ந்து, கரவொலி அரண்மனையை அதிரச் செய்தது. அரண்மனைக்கு வெளியே பல்லாயிரக்கணக்கானோர் கூடியிருந்தனர். விழா முடிந்து நெப்போலியன் வெளியே செல்லும்போது அவனை வாழ்த்துவதற்கு அவர்கள் காத்திருந்தனர்.

நெப்போலியனின் நெருக்கமான டேல்லிரெண்ட் முதலில் பேசினான். அவன் பேச்சில் நெப்போலியனின் முக்கியத்துவத்தை மறைமுகமாக குறிப்பிட்டான். அவனுடைய பேச்சின் உள்நோக்கத்தை எளிதில் யாரும் புரிந்துகொள்ள முடியாது.

"எளிமையானவர் நமது தளபதி. பிரான்சை பாதுகாக்க வந்த தேவதூதர். தேசத்தின் ஆன்மாவை காப்பாற்ற சேவை செய்யும் சேவகன். பிரான்ஸ் முழுவதையும் விடுவித்தவர். இப்போது அவரை நாம் பாதுகாக்க வேண்டும். அதாவது அவர் பிரான்சுக்கு பெற்றுத்தந்துள்ள புதிய பிரதேசங்களை காப்பாற்ற வேண்டும்"

டேல்லிரெண்ட்டின் வார்த்தைகள் நெப்போலியனுக்கும் அவனது ஆதரவாளர்களுக்கும் புரிந்தது. டைரக்டார்களுக்கும் புரிந்தது. டேல்லிரெண்ட்டின் நோக்கம் என்ன என்பதும் தெரிந்தது.

நெப்போலியன் பேச எழுந்தான். அவன் என்ன பேசப்போகிறான்? கூட்டத்தினர் ஆர்வமாக எதிர்பார்த்தனர்.

“பிரெஞ்சு தேசம் விடுதலைக்காக தனது மன்னர்களுடன் போராடி வந்தது. மதம், நிலப்பிரபுத்துவம், முடியாட்சி ஆகியவை ஐரோப்பாவை இரண்டாயிரம் ஆண்டுகள் ஆட்சி செய்தன. ஜனநாயக அரசியல் அமைப்பு இப்போதுதான் தொடங்கியிருக்கிறது. இது உங்கள் சாதனைதான். நமது தேசத்தின் இயற்கையான எல்லைகளை சொந்தமாக்கியிருக்கிறோம். இப்போது ஐரோப்பாவின் இரண்டு அழகிய தேசங்கள் உருவாக்கப்பட்டு விட்டன. ஆஸ்திரியாவின் பேரரசர் பிரான்சிஸ் ஏற்றுக்கொண்டு கையெழுத்திட்ட கேம்போ ஃபோர்மியோ உடன்படிக்கையை உங்களிடம் சமர்ப்பிக்கிறேன். குடியரசுக்கு தேவையான நுணுக்கமான சட்டங்கள் உருவாக்கப்பட்டவுடன் ஐரோப்பா முழுவதுமே விடுதலை பெற்றுவிடும்”

நெப்போலியன் பேசி முடித்தான். கூட்டம் அமைதியாக இருந்தது. பிறகு கரவொலி அதிர்ந்தது. இந்தக் கைதட்டல் நெப்போலியனின் பேச்சுக்காக அல்ல...அவனுக்காக என்பது டேல்லிரெண்ட்டுக்கு புரிந்தது.

ஆம், அவன் நல்ல பேச்சாளர் இல்லை. கோர்சிகா தீவில் மக்கள் மத்தியில் பேசி அவர்களை திரட்டியிருக்கிறான். ஆனால், மேடையில் பேசியது இதுதான் முதல் முறை. அவனுக்கு அப்போது வயது 28.

பிரான்சில்தான் முதன்முறையாக ஜனநாயகம் மலர்ந்திருப்பதாக நெப்போலியன் சொன்னது எவ்வளவு பெரிய தவறு என்று டேல்லிரெண்ட்டுக்குத் தெரியும். ஏனெனில், நெடுங்காலமாகவே இங்கிலாந்திலும் அமெரிக்காவிலும் ஜனநாயகம் அமலில் இருக்கிறது.

அமர்க்களமான விழா முடிந்துவிட்டது. ஆனால், வந்திருந்தோரின் உள்ளத்தில் நிறைந்திருந்த கேள்வி...

”ஜோஸபின் எங்கே?”

ஆம். அவள் எங்கே போனாள்...நெப்போலியன் பாரீஸுக்கு வந்து ஒரு மாதம் வரை அவள் வரவில்லை. அதுவரை அவள் எங்கே போயிருந்தாள். என்ன செய்து கொண்டிருந்தாள் என்பது

மேடம் டி ஸ்டேல்

யாருக்கும் தெரியாது.

ஆனால், அவள் வந்தபோது மெலிந்திருந்தாள். மேலும் கவர்ச்சியாக இருந்தாள். களைத்துப் போயிருந்தாள். பாரீஸில் தனது பழைய வாழ்க்கைக்குத் திரும்பியிருந்தாள்.

நெப்போலியனுக்கு மக்கள் மத்தியில் இருந்த செல்வாக்கு டைரக்டர்களை கலக்கமடையச் செய்தது. இப்போது, அவனுடைய தயவில்தான் தாங்கள் நிலைகொள்ள முடியும் என்ற சூழல் உருவாகி இருந்தது.

அரசாங்கத்தில் பதவிகள் வேண்டுவோர் நெப்போலியனின் வாசலில் வந்து நின்றனர்.

இந்தச் சமயத்தில் அவனது வாழ்க்கையில் இன்னொரு பெண் நுழைந்தார்.

அவள்... பிரான்ஸ் நாட்டின் புகழ்பெற்ற நிதியமைச்சரின் மகள். பெயர் மேடம் டி ஸ்டேல். ஸ்விஸ் மொழிபேசும் பிரெஞ்சுப் பெண். இவருக்கு ஜெர்மன், ஆங்கிலம் உள்ளிட்ட பல மொழிகள் தெரியும். நல்ல அறிவாளி. பல்துறை ஞானம் உடையவர்.

அவர் நெப்போலியனுக்கு நெருக்கமானார். பல கடிதங்களை எழுதியிருக்கிறார். பிரான்ஸ் அரசாங்கத்தில் பலருக்கு இவரது பரிந்துரைப்படி பதவிகளைப் பெற்றுத் தந்தான் நெப்போலியன்.

அவர்களில் டேல்லிரெண்ட் முக்கியமானவர். நெப்போலியனின் பரிந்துரையில் இவர் வெளியுறவுத் துறை அமைச்சராக நியமிக்கப்பட்டிருந்தார்.

நெப்போலியனை அருகிலிருந்தும் தனிமையில் நெருக்கமாக இருந்தும் தான் கவனித்த விஷயங்களை அவர் எழுதி வைத்துள்ளார். அவரது கூற்றுப்படி...

"நெப்போலியனின் முகம் மெல்லியது. வெளிறியது. ஆனால்...கண்களை உறுத்தாது. குட்டையாக இருப்பார். நிற்கும்போதோ நடக்கும்போதோ பார்ப்பதைவிட குதிரைமீது அமர்ந்திருக்கும்போது கம்பீரமாக இருப்பார். சமூக நடைமுறைகளில் சில அருவருப்பாக தோன்றும். ஆனால், அவர் அதற்காக வெட்கப்பட மாட்டார். நெப்போலியன் பேசும்போது சுயதம்பட்டம் இருக்காது. தனது கற்பனைகளை விவரிக்கும்போது...அதில் லயித்துப் போய் பேசுவார். அவர் மோசமானவரும் இல்லை, நல்லவரும் இல்லை. அவர் நாகரீகமானவரும் இல்லை, கொடூரமானவரும் இல்லை. அவர் ஒரு சாதாரண மனிதர். நடத்தையிலும் சிந்தனையிலும் பேச்சிலும் மிகச் சாதாரணமானவர். அவருடைய இந்தத் தன்மைகள்தான் பிரெஞ்சு மக்களின் மனங்களை அவர் கொள்ளையடிக்கக் காரணமாக இருந்தன. அவரது வெற்றிக்கு என்னவெல்லாம் தகுதிகள் போதாது என்று கூறினார்களோ அந்த அளவுக்கு அவரிடம் தகுதிகளும் இருந்தன. மனிதத்தன்மை நிறைந்த மனிதர். மனிதகுலம் குறித்து அதிக அக்கறை காட்டினார். தன்னை நேசிக்கும் தனது மக்களுக்கு நேர்மையாக இருக்க முயன்றார். அவர் முன்னால் அமர்ந்திருக்கும்போது சுவாசிக்கவே மறந்துவிடுவேன்..."

இப்படி எழுதியிருந்தார் மேடம் டி ஸ்டேல்.

பாரீஸில் ஜோஸபின் வசித்த பழைய வீட்டை தனது உபயோகத்திற்காக வாங்கினான் நெப்போலியன்.

ஜோஸபினும் வந்து சேர்ந்தாள். அமைதியாக கழிந்தது வாழ்க்கை. வீட்டுக்கு மிகச்சிலரே வந்து போயினர். நெப்போலியனின் சகோதரர்கள், அப்புறம் சில நெருங்கிய நண்பர்கள். சாதாரண உடைகளையே அணியத் தொடங்கினான். விருந்துகளை தவிர்த்தான். யாரும் எளிதில் நெருங்கிப் பேசும்

நெப்போலியனின் நம்பிக்கைக்குரிய தளபதி பெர்த்தியெர்

வகையில் நடந்துகொண்டான். நாடக அரங்குகளில் இவனைப் பார்த்து மக்கள் ஆரவாரம் செய்வார்கள். அப்போதெல்லாம் தனது இருக்கைக்குள் ஒளிந்து கொள்வான்.

இதுகுறித்து தனக்கு நெருங்கிய ஒருவரிடம் நெப்போலியன் இப்படிக் கூறினான்...

"நாடக அரங்குகளில் மூன்று முறை தொடர்ந்தாற்போல என்னைப் பார்த்தால் பிறகு மக்கள் ஆரவாரம் அடங்கிவிடும். இப்படி கூட்டத்தினர் மத்தியில் நான் நிற்க வேண்டும் என்று எதிர்பார்க்கிறாயா? என்னைக் கில்லட்டின் கொலைக்கருவியில் வைத்துக் கொல்ல நேர்ந்தால் இதைவிட கூட்டம் சேரும்"

தனது வீட்டுக்கு கற்றறிவாளர்கள் பலரை வரவழைத்து விவாதங்களை நடத்தினான். தனது ஆய்வுக் கட்டுரைகளை அவர்கள் முன் வாசித்துக் காட்டுவான். பெரும்பாலும் வானவியல் மற்றும் கணிதம் தொடர்பானவையாக இருக்கும்.

டேலிரெண்ட்

அன்றைய காலத்தின் பிரபலமான கணிதமேதை லேப்லேஸை தனது வீட்டுக்கு வரவழைத்து, இத்தாலியின் புதிய கணக்கு மதிப்பீடுகளை விவரிப்பான். செனியர் என்ற மிகப்பெரிய கவிஞர் இருந்தார். அவருடன் கவிதைகள் குறித்து விவாதிப்பான்.

அதேசமயம், அவனுடைய கூர்மையான மூளை பிரான்ஸின் அரசியல் நிகழ்வுகளை அசைபோட்டுக் கொண்டேயிருந்தது. டைரக்டர்களின் செயல்பாடுகள், எதிர்க்கட்சிகளின் நடவடிக்கைகள் அவற்றின் பலம் எல்லாவற்றையும் அனுமானித்தான்.

"பாரீஸுக்கு ஞாபக மறதி அதிகம். புதிய புகழ் வந்து சேராவிட்டால் பழையதை எளிதில் மறந்துவிடும். இப்படி வெறுமனே காலத்தைக் கழித்தால் மக்கள் மனதிலிருந்து மறைந்துவிடுவேன். நான் இங்கே இருக்கக் கூடாது"

தனது தோட்டத்தில் கைகளை பின்னால் கட்டியபடி, முன்னும் பின்னும் நடந்து கொண்டே சிந்திப்பான்.

டிசம்பர் மாதம் 28ம் தேதி ரோமிலிருந்து அதிர்ச்சிகரமான தகவல் கிடைத்தது.

போப் ஆறாம் பியஸுடன் உடன்படிக்கை ஏற்படுத்தி புதிய குடியரசை அமைத்துத் திரும்பியிருந்தான் நெப்போலியன். அவன் பாரீஸ் வந்து ஒரு மாதம் கூட முடியவில்லை.

ரோமில் தூதரகம் அமைப்பதற்காக நெப்போலியனின் மூத்த சகோதரன் ஜோசப் சென்றான். அவனுடன் தளபதி மதுரின் லியோனாட் டுபோட்டும் உடன் சென்றார். அவர்களுக்கு எதிராக ரோமில் பெரிய கலவரம் உருவானது. இதில் தளபதி டுபோட் கொல்லப்பட்டார்.

இந்தச் செய்தி பிரான்சுக்கு கிடைத்தவுடன் ரோம் மீது படையெடுக்கும்படி அரசாணை வெளியிடப்பட்டது. ரோம் மீது நெப்போலியன் வைத்திருந்த மதிப்பு ஒரே மாதத்தில் சரிந்துவிட்டது. நெப்போலியனின் நம்பிக்கைக்குரிய தளபதி பெர்த்தியர் தலைமையில் பிரான்ஸ் ராணுவம் ரோமுக்குள் நுழைந்தது.

பிப்ரவரி 10ம் தேதி ரோமுக்குள் நுழைந்த பெர்த்தியர் போப் ஆறாம் பியஸை சிறைப்பிடித்தார். இரண்டு இடங்களில் அவர் சிறை வைக்கப்பட்டார்.

இதனிடையே நெப்போலியனின் அடுத்த படையெடுப்புக்கு விரிவான திட்டம் வகுக்கப்பட்டது. அவன் எகிப்து மீது படையெடுக்க விரும்புவதை அறிந்ததும் டைரக்டர்கள் மகிழ்ச்சியடைந்தனர். அவன் பிரான்ஸை விட்டு வெளியே போனால் போதும். தங்களுடைய பதவிகளை தக்க வைப்பதற்கு அதுதான் சரியான முடிவு என்று அவர்கள் உடனடியாக அனுமதி அளித்தனர்.

வெளியுறவு அமைச்சரான டேலேரன்ட் எகிப்து படையெடுப்புக்கான ராணுவத்தின் தலைமை தளபதி என்று நெப்போலியனுக்கு பொறுப்பளித்து உத்தரவை தயார் செய்தான். இந்தப் படையெடுப்புக்கு நெப்போலியன் செல்ல வேண்டியதில்லை. யாரையாவது அனுப்பினால்கூட போதும் என்று அவன் நினைத்தான். ஏனென்றால் பிரான்ஸ் அரசியல் நிலைமை அவனுக்கு எதிராக திரும்பிவிடக் கூடும் என்று எதிர்பார்த்தான்.

தனக்கு வெளியுறவுத்துறை அமைச்சர் பொறுப்பை பரிந்துரை செய்த நெப்போலியன் பிரான்சிலேயே இருக்க வேண்டும் என்று அவன் விரும்பினான். ஆனால், எகிப்தை வெற்றி கொள்ள வேண்டும் என்ற தனது நெடுநாள் கனவை நிறைவேற்றுவதில் நெப்போலியன் உறுதியாக இருந்தான்.

எகிப்து படையெடுப்பு

"நீ என்னுடன் எகிப்துக்கு வரவேண்டும்"
ஜோசபினிடம் கூறினான் நெப்போலியன்.

அவள் எதிர்பார்க்கவே இல்லை. போர்க்களம், அழுக்குப்படிந்த வாழ்க்கை இவையெல்லாம் அவளுக்கு பிடிக்கவில்லை.

"நான் வரமுடியாது"
நிர்த்தாட்சன்யமாக மறுத்தாள் ஜோசபின்.

அவளை தன்னுடன் அழைத்துச் செல்ல வேண்டும். வரலாற்றுப்புகழ்மிக்க, புராதன கலைச்சின்னங்கள் அருகே காதல் களியாட்டங்களை நடத்த வேண்டும் என்று நெப்போலியன் விரும்பினான். சமீப காலமாக வெற்றிகள் குவிந்தும் தனக்கு வாரிசு இல்லையே என்ற ஏக்கம் அவனுக்குள் குடி கொண்டு விட்டது.

"உனது காதல் கணவனுக்காக அவனுடைய விருப்பத்தை நிறைவேற்றமாட்டாயா? என்னுடன் நீ இருந்தால் நான் எவ்வளவு உற்சாகமாக போர்க்களத்தில் பணிபுரிய முடியும் என்று நினைத்துப் பார்த்தாயா? எனது வெற்றிகளுக்கு நீ துணை இருக்க மாட்டாயா?"

நெப்போலியனின் வார்த்தைகள் அவளை பாதிக்கவேயில்லை. எப்பொழுதும் அழுதுகொண்டே இருந்தாள். அவள் அழுவது, நெப்போலியனுக்கு பிடிக்காது என்பதை தெரிந்து கொண்டு அழுதாள். ஆனால், ஜோசபினின் நடத்தைகள் குறித்து நெப்போலியனுக்குள் ஒருவித வெறுப்பு வந்திருந்ததால் அவன் தொடர்ந்து கட்டாயப்படுத்தினான்.

மே மாதம் 400 போர்க்கப்பல்கள் டூலான் கடற்கரையில் அணிவகுத்து நின்றன. அலெக்சாண்ட்ரியாவை நோக்கி புறப்பட அவை ஆயத்தமாக இருந்தன.

கடற்கரை வரை வந்த ஜோசபின் கடைசி நிமிடத்தில் கண்ணீர் வடித்து அழுதாள்.

"நான் நமக்கு வாரிசு வேண்டும் என்பதற்காக புலோம்பியர்ஸ் புனித ஸ்தலத்திற்கு போகப் போகிறேன். அதற்கு அனுமதி கொடுங்கள்" என்று கெஞ்சினாள் ஜோசபின்.

இதையடுத்து அவன் அவளை கைவிட்டு கப்பலில் ஏறினான். நெப்போலியனுடன் ஜோசபினின் மகன் யூஜெனேவும் பயணமானான்.

நிஜத்தில் அவள் தனது ஆடம்பர வாழ்க்கையையும், தனது

பிரியத்துக்குரிய காதலன் ஹிப்போலைட் சார்லசையும் பிரிந்து போக விரும்பவில்லை என்பதுதான் உண்மை.

எகிப்துக்கு செல்லும் பயணம் திட்டமிடப்பட்ட போது மத்திய தரைக்கடலில் இங்கிலாந்து கப்பல் படை காத்திருக்கும் என்பது நெப்போலியனுக்கு தெரியும். இங்கிலாந்தின் கடற்படை உலகில் மிகவும் வலிமையானது என்பதால் அதை எதிர்கொண்டு நேரத்தை வீணாக்க அவன் விரும்பவில்லை.

எகிப்தை கைப்பற்றும் எண்ணம் எப்படி வந்தது. ஆசியாவுடன் கடல்வழியை சுருக்கமாக இணைப்பதற்கு எகிப்து அருகே சூயஸ் நிலப்பகுதியை கால்வாய் வெட்ட வேண்டும் என்று இங்கிலாந்து திட்டமிட்டு வந்தது.

அப்படி கால்வாய் வெட்டப்பட்டு விட்டால் மத்திய தரைக்கடல் மற்றும் ஆசியாவுடனான வர்த்தகம் அனைத்தும் பிரிட்டனின் கட்டுப்பாட்டில் சென்று விடும். குறிப்பாக இந்தியாவுடனான பிரான்சின் வர்த்தகம் முழுமையாக ரத்து செய்யப்பட்டு விடும்.

இதைத் தவிர்க்க வேண்டும் என்றால் செங்கடலையும், மத்திய தரைக்கடலையும் பிரான்சின் கட்டுப்பாட்டிற்குள் கொண்டு வர வேண்டும். எகிப்து மூன்று கண்டங்களுக்கும் மத்தியில் அமைந்திருப்பதால் அதை கைப்பற்ற வேண்டும். அதன்பிறகு சூயஸ் கால்வாய் வெட்டும் வேலையைத் தொடங்க வேண்டும் என்றெல்லாம் வெகு காலத்திற்கு முன்பே நெப்போலியன் திட்டமிடத் தொடங்கினான்.

அவனுடைய விருப்பத்தை நிறைவேற்றும் நேரம் இப்போது வந்துவிட்டது.

கப்பல்கள் புறப்பட்டன. ஐரோப்பிய கடற்கரை மறைவதை நெப்போலியன் தொலைநோக்கி வழியாக பார்த்துக் கொண்டிருந்தான்.

அதே நேரத்தில் இங்கிலாந்து கப்பற்படை தளபதி நெல்சனும் வேறு மூன்று தளபதிகளும் தங்கள் கப்பல்களின் மேல்தளத்தில் நின்று கொண்டிருந்தனர்.

அவர்கள் எதிரிகளின் கப்பல்கள் ஏதேனும் தென்படுகின்றனவா? அவை சிசிலித் தீவை நோக்கி வரக்கூடுமா? என்று தொலைநோக்கி வழியே பார்த்துக் கொண்டிருந்தனர்.

அடுத்த நாள் நெல்சனின் கப்பற்படை வரிசை திடீர் புயல் காரணமாக சிதறடிக்கப்பட்டது. சில நாட்களுக்கு முன்புதான் அவை சிதறி மீண்டும் அணி சேர்ந்திருந்தன. இப்போது மீண்டும்

ஒரு புயல் அணிவரிசையை கலைத்து விட்டது.

டூலானிலிருந்து நெப்போலியனின் படை புறப்பட்ட 24 மணி நேரம் கழித்து தான் இந்தப் புயல் வீசியது. இந்தப் புயல்தான் நெல்சனின் பார்வையிலிருந்து பிரெஞ்சுக் கப்பல் படையை காப்பாற்றியது.

நெல்சனின் படை வருவதற்குமுன், நெப்போலியனின் படை மால்டாவுக்கு வந்தது. அந்தத் தீவின் துறைமுகத்தில் தனது கப்பல்களை நிறுத்த அனுமதி அளித்தனர். ஆனால், சில நாட்களிலேயே அந்தத் தீவின் அரசாங்கத்தை நெப்போலியன் கைப்பற்றினான்.

தீவிலிருந்து அசையும் சொத்துக்கள் ஏராளமானவற்றை கைப்பற்றினான். அங்கு தனது நிர்வாகத்தை அமைத்தான்.

இதற்குள், இங்கிலாந்து பூனை அங்கு வந்தது. அது வந்ததும், பிரெஞ்சு எலி அங்கிருந்து எகிப்தை நோக்கி பயணத்தைத் தொடர்ந்தது.

(மால்டாவில் அமைக்கப்பட்ட பிரெஞ்சு அரசின் நிர்வாகிகள் தீவு மக்களிடம் முரண்பட்டனர். அங்கு பெரும் கலகம் ஏற்பட்டது. இதையடுத்து 1800ல் இங்கிலாந்து கப்பல் படை மால்டாவைக் கைப்பற்றியது வேறுகதை)

நெல்சன் ஏமாற்றமடைந்தான். எகிப்தை நோக்கி தனது படையை செலுத்தினான். அங்கேயும் தனது எதிரிகளை தவறவிட்டான். அப்படியே சிரியாவின் கடற்கரை பகுதிக்குச் சென்றான். அங்கும் இல்லை. உடனே சிசிலிக்கு வந்தான். அங்கும் யாரும் இல்லை.

பிரெஞ்சுக்காரர்களின் பக்கம் அதிர்ஷ்டம் இருந்திருக்கிறது என்று நினைத்த நெல்சன் தன்னையும், தனது எதிரிகளையும் உள்ளுக்குள் திட்டிக் கொண்டான்.

பிரெஞ்சுக் கப்பல் படை நான்கு வாரங்கள் பயணத்தைத் தொடர்ந்து நெப்போலியனுக்கு கடற்பயணம் ஒத்துவரவில்லை. கடலில் புதிதாக பயணம் செய்பவருக்கு வரும் நோய் அவனுக்கும் வந்துவிட்டது. பெரும்பாலான நேரம் படுக்கையிலேயே இருந்தான்.

தனது தளபதி பவுரியனேவை எதையேனும் வாசிக்கச் சொல்லி கேட்டுக் கொண்டே இருந்தான்.

இந்தக் கப்பல் படையில் இரண்டாயிரம் பீரங்கிகள் இருந்தன. ஒரு பல்கலைக்கழகமே எகிப்தை நோக்கி கப்பல் படையுடன் பயணம் செய்து கொண்டிருந்தது.

வானவியலாளர்கள், ஜியோமிதி அறிஞர்கள், கனிம வள நிபுணர்கள், வேதியியலாளர்கள், பழம்பொருள் மதிப்பீட்டாளர்கள், பாலம் மற்றும் சாலைகள் அமைக்கும் பொறியாளர்கள், அரசியல், பொருளாதார மேதைகள், ஓவியர்கள் என 175 அறிஞர்கள் படையுடன் பயணம் செய்தனர்.

மிகவும் பழமை வாய்ந்த எகிப்து மண்ணில் விரிவான ஆய்வுகளை நடத்த நெப்போலியன் தயாராகச் சென்றான்.

பிரான்ஸை பொறுத்தமட்டில் நெப்போலியன் ஒரு குடியேற்றப் பகுதியை கைப்பற்றப் போகிறான் என்றுதான் கருதிக் கொண்டிருந்தது. ஆனால் நெப்போலியனைப் பொறுத்தமட்டில் ஆப்பிரிக்காவின் பழம்பெருமையை ஆய்வு செய்ய வேண்டும் என்ற விருப்பம் மேலோங்கி இருந்தது.

கப்பல் படையில் பயணம் செய்த பிரெஞ்சு வீரர்கள் இந்த அறிஞர்கள் அனைவரையும் கழுதைகள் என்றே அழைத்தனர். அவர்களுடைய அருமை பெருமை சாதாரண வீரர்களுக்கு எங்கே புரியப் போகிறது?

அவர்களை யாரேனும் கேலி செய்வதைக் கவனித்து விட்டால், நெப்போலியன் கடும் கோபத்துடன் அதிகாரிகளை கண்டித்தான். அழைத்துப் போன வர்களை உயர்ந்தபட்ச பாதுகாப்புடன் நடத்தினான்.

அவர்கள் செய்யும் ஒவ்வொன்றையும் கவனமாக குறித்துக் கொண்டான்.

கப்பல்களுடன், அரபி அச்செழுத்துகளுடன் கூடிய அச்சு எந்திரம், பழம்பெரும் நூலகங்களிலிருந்து திரட்டப்பட்ட மிக அரிய நூல்கள் ஆகியவற்றையும் கொண்டு சென்றான். அதிகாரிகள் படிப்பதற்காக ஏராளமான நாவல்களை எடுத்துச் சென்றான். அவர்கள் நாவல் படிப்பதைப் பார்த்து பலமுறை சிரித்துச் சென்றிருக்கிறான்.

எகிப்தின் பிரமிடுகள் அருகே நடந்த மாபெரும் யுத்தம்

ஒருவழியாக, 1798 ஜூலை மாதம் 1 ஆம் தேதி கப்பல்கள் புராதன எகிப்து நகரமான அலெக்சாண்டிரியாவை அடைந்தன. கடற்கரையில் 35 ஆயிரம் பிரெஞ்சு வீரர்கள் அணிவகுத்தனர். அங்கிருந்து, தனது படைவீரர்களுடன் குதிரைகளில் ஏறி புறப்பட்டான் நெப்போலியன்.

சில மைல் தூரம் கூட சென்றிருக்க மாட்டார்கள் மேமலூக்ஸ் என்ற புராதன எகிப்து இன வீரர்கள் தங்கள் பழமையான ஆயுதங்களுடன் ஆக்ரோஷமாக எதிர்த்து நின்றனர்.

அவர்களை எளிதில் தோற்கடித்தது பிரெஞ்சுப் படை.

பிறகு அங்கிருந்து, பாலைவனத்தின் ஊடாக, கெய்ரோவை நோக்கி அணிவகுத்தது.

பாலைவனத்தின் ஊடாக இரண்டு வாரங்கள் பயணம் நீடித்தது.

தொலைதூரத்தில் தெரியும் மிகஉயர்ந்த பிரமிடான ஸ்பின்ஸை நோக்கி தனது படையுடன் முன்னேறிக் கொண்டிருந்தான்.

கல்லில் வடிக்கப்பட்ட அந்தக் கண்களும், உருக்கில் இடம் பெற்ற கண்களும் நேருக்கு நேர் சந்தித்துக் கொண்டன.

ஸ்பின்ஸ் பிரமிடு அமைதியாக நிற்பதைப் போல தானும் அமைதியாக காட்சியளித்தான் நெப்போலியன். ஆனால் அவனது உள்ளத்திற்குள் பெருமித உணர்வு ஊற்றெடுத்தது.

"இங்கேதான் மாவீரன் அலெக்சாண்டர் நின்றிருக்கிறான். ஜூலியஸ் சீசர் இந்த மண்ணை வென்றிருக்கிறான். ஸ்பின்ஸ் உள்ளிட்ட பிரமிடுகள் கட்டப்பட்டு இரண்டாயிரம் ஆண்டுகள் கழித்து அவர்கள் இங்கே வந்தார்கள். இதோ, நான் அவர்களுக்குப் பிறகு இரண்டாயிரம் ஆண்டுகள் கழித்து இங்கே நிற்கிறேன். சூரியனின் கீழ் கணக்கற்ற பேரரசுகள் உருவாகி நைல் நதியைச் சுற்றி விரிவடைந்திருக்கின்றன. ஒரு மனிதனின் வார்த்தைக்கு 10 லட்சக் கணக்கான மக்கள் அடிபணிந்து இருக்கின்றனர்".

இப்படித்தான் நெப்போலியன் சிந்தித்துக் கொண்டிருந்தான். அவர்களால் செய்ய முடிந்த அத்தனையும் இவனாலும் செய்ய முடியும்.

"நான்தான் உங்கள் கடவுள் என்று இவர்களை நான் நம்ப வைக்க முடியும்" என்று நினைத்த நெப்போலியன் தனக்குள் சிரித்துக் கொண்டான்.

பிரமிடை நெருங்கிய சமயத்தில், 1798 ஜூலை மாதம் 21 ஆம் தேதி அவனுடைய முதல் போர்க்களம் தயாராக இருந்தது.

"பேட்டில் ஆப் பிரமிட்ஸ்" என அழைக்கப்படும் அந்தப் போர்க்களத்தில், மேமலுக்ஸ் இனத்தைச் சேர்ந்த பத்தாயிரம் பேர் பிரமிடுகளைப் பாதுகாப்பதற்காக பிரெஞ்சுப் படையை எதிர்த்து நின்றனர்.

நெப்போலியன் தனது படைவீரர்களுக்கு முன்பு மேலும் கீழுமாக குதிரையில் சுற்றிச் சுழன்று பிரமிடுகளை சுட்டிக்காட்டியபடி முன்னேற உத்தரவிட்டான்.

"வீரர்களே 400 நூற்றாண்டுகள் உங்களைப் பார்த்துக் கொண்டிருக்கின்றன" என்று உரக்கக் கூவினான்.

எகிப்தின் பிரமிடுக்குள் நெப்போலியனின் ஆராய்ச்சி

மேமலுக்ஸ் படைவீரர்கள் பிரெஞ்சு வீரர்களை கடுமையாகத் தாக்கினர். ஆனால், பிரெஞ்சுப் படையினரிடம் இருந்து வந்த பீரங்கிக் குண்டுகள் அவர்களை பின்வாங்கி ஓடும்படி செய்தது.

பிரெஞ்சுப் படையில் 30 பேர் மட்டுமே உயிரிழந்தனர். ஆனால், மேமலுக்ஸ் வீரர்கள் 5 ஆயிரம் பேர் உயிரிழந்தனர்.

எஞ்சியவர்கள் நைல் நதிக்குள் குதித்து படகுகளிலும்,

எகிப்து பிரமிடில் நெப்போலியனின் முத்திரை

நீச்சலடித்தும் மறுகரைக்கு ஓடினர். அவர்களுடைய முகாம் நெப்போலியனின் கட்டுப்பாட்டில் வந்தது.

இதில் முக்கியமான விஷயம் என்னவென்றால், தப்பியோடிய அனைவரும் தங்களிடம் எப்போதும் தங்கத்தை வைத்திருந்தார்கள். எனவே, நைல் நதிக்கரை வரை எதிரிகளை விரட்டிச் சென்று சண்டையிட்டனர் பிரெஞ்சுப் படையினர். அவர்களிடமிருந்து ஏராளமான தங்கத்தை கைப்பற்றினர்.

ஜிஸாவிலிருந்து நைல் நதிக் கரையில் அமைந்திருந்த அழகிய கெய்ரோ நகருக்கு தனது படையினருடன் வந்தான் நெப்போலியன்.

கெய்ரோவில் பாஷாக்களும், ஷேக்குகளும் ஆதிக்கம் செலுத்தினர். அவர்களுடைய ஆதரவை எப்படி பெறுவது என்று தெரிந்து கொண்டான். துருக்கியர்களையும், சுல்தான்களையும் தான் விரும்பி வழிபடுவதாக கூறினான்.

கடவுள் இல்லாத இனத்தவரான மேமலுக்குகளை மட்டுமே தான் தாக்க திட்டமிட்டிருப்பதாகவும் அவன் கூறினான்.

மேமலுக்குகள் பாஷாக்களுக்கம், ஷேக்குகளுக்கும் பொது எதிரியானவர்கள்.

நெப்போலியன் தனது படையெடுப்புகளில் பல்வேறு தந்திரங்களை கடைப்பிடிப்பது வழக்கம். இங்கே பிரித்தாலும் சூழ்ச்சியை கடைப்பிடித்தான். தனக்கு பல மொழிகள் தெரியும் என்பதை அவர்களுக்கு புரிய வைப்பதற்காக சில தந்திரங்களை கையாண்டான்.

எகிப்தின் பாஷாவுக்கு தனது மொழிபெயர்ப்பாளரின் உதவியோடு ஒரு கடிதத்தை எழுதச் செய்தான். இந்தப் படையெடுப்பில் தனக்கு உதவும்படி அதில் கேட்டிருந்தான். குரானுக்கு எதிராகவோ, சுல்த்தானுக்கு எதிராகவோ நாங்கள் எதுவும் செய்ய மாட்டோம் என்று அந்தக் கடிதத்தில் உறுதி அளித்திருந்தான்.

அல்லாவை அடிபணிந்து தொழும் நபராகத் தன்னை வெளிப்படுத்திக் கொண்டான். போப் ஆறாம் பியஸை எதிர்த்துப் போரிட்டு ஜெயித்தவன் என்பதையும் அவர்களுக்கு எடுத்துச் சொன்னான்.

“அல்லா அல்லாதான். அவருடைய தூதன் முகமது நபி. கெய்ரோவின் திவானுக்கு முகமது நபியின் அருள் முழுமையாகக் கிடைத்திருக்கிறது” என்றெல்லாம் அவன் அடுக்கிக் கொண்டே போனான்.

இப்படியாக, அவன் தனது எகிப்து படையெடுப்பை சிக்கலில்லாமல் தொடங்கினான்.

கெய்ரோவில் தனது படைமுகாமை அமைக்க அனுமதி பெற்றான்.

ஆனால் அங்கு, அவன் எதிர்பாராத திசையிலிருந்து, எதிர்பாராத தாக்குதல் காத்திருந்தது.

நெப்போலியனின்
மனம் கவர்ந்த பவுலின்

நெப்போலியனின் கிளியோபாட்ரா

கெய்ரோவில் பிரான்ஸ் படை தங்கியிருந்த முகாமில் விருந்து நிகழ்ச்சி ஒன்று ஏற்பாடு செய்யப்பட்டது. அதில் நெப்போலியன் கலந்து கொண்டான்.

மது வகைகளை பரிமாறிய பெண்களில் ஒருத்தி நெப்போலியனின் கவனத்தை கவர்ந்தாள். பளீரென்ற நிறத்துடன் இள வயதினளாய் உலா வந்த அந்தப் பெண் நெப்போலியனின் மனதை நொடிப்பொழுதில் ஆக்கிரமித்து விட்டாள்.

தனது நண்பர்கள் ஜுனோட், பவுரியனே ஆகியோரிடம் அவளைப் பற்றி விசாரித்தான் நெப்போலியன். தங்கள் தளபதியின் நோக்கம் அவர்களுக்கு உடனே விளங்கிவிட்டது. நெப்போலியனின் மனதை அமைதிப்படுத்தி அவனது சங்கடங்களை போக்க வேண்டிய அவசியம் தங்களுக்கு இருப்பதாக நினைத்தார்கள்.

அந்தப் பெண்ணைப் பற்றிய விவரங்களை சேகரித்தார்கள். அவள் பெயர் பவுலின் ஃபோரஸ். பிரெஞ்சுப் படையில் லெப்டினன்ட் ஆக பணிபுரியும் ஃபோரஸ் என்பவனின் மனைவி என்பதை தெரிந்து கொண்டனர்.

பிரெஞ்சுப் படையில் இந்தப் பெண் எப்படி வந்தாள்? என்பதை அறிந்து கொள்வது சுவாரஸ்யத்தை சேர்க்க உதவும்.

தெற்குப் பிரான்சின் 1778 மார்ச் மாதம் 15ம் தேதி பிறந்தவள் பவுலின். இவளது தந்தை கடிகாரம் தயாரிப்பவர். ஏழ்மைக் குடும்பத்தைச் சேர்ந்த இவள் தொடக்கத்தில் மிகவும் கடினமான வேலைகளுக்குச் சென்று கொண்டிருந்தாள்.

அப்போது பைரன்னஸில் சண்டையில் ஈடுபட்டிருந்த பிரெஞ்சு ராணுவத்தில் பணிபுரிந்தவன் ஜீன் நோயல் ஃபோரஸ். இவன் தற்காலிக விடுப்பில் ஊருக்கு வந்திருந்தான். பவுலினைப் பார்த்த அவன், அவள் மீது காதல் கொண்டான். உடனே இருவருக்கும் திருமணம் நடைபெற்றது.

இருவருடைய தேனிலவுக்கும் ஏற்பாடு நடைபெற்றுக் கொண்டிருந்தது. அப்போது எகிப்துக்கு புறப்படும் பிரெஞ்சு ராணுவத்தில் லெப்டினன்டாக நியமிக்கப்பட்டிருப்பதாக செய்தி வந்தது. மனைவியை விட்டுச் செல்ல அவனுக்கு மனமில்லை.

இதுபோன்ற படையெடுப்புகளில் மனைவியரை உடன் அழைத்துச் செல்ல அப்போது அனுமதி இல்லை. ஆனால் நடைமுறைகளை புறக்கணித்து திருட்டுத்தனமாக மாறுவேடமிட்டு தங்கள் மனைவியரை உடன் அழைத்துச் செல்வது வீரர்களின் வழக்கமாக இருந்தது.

பவுலினுக்கு சேவகர்களுக்கான சீருடை அணிவித்து அழைத்துச் சென்றான் ஃபோரஸ். அவனைப் போல பல வீரர்களும் தங்களது மனைவியரையும், காதலிகளையும் உடன்

அழைத்துச் சென்றிருந்தனர்.

54 நாட்கள் பிரெஞ்சு கப்பற்படை எகிப்து பயணத்தில் இருந்தது. அதுவரை அவளை யாரும் கண்டுபிடிக்க வில்லை. ஆனால் எகிப்தில் இறங்கிய பிறகு எத்தனை பெண்கள் வந்திருக்கிறார்கள் என்பது உயரதிகாரிகளுக்கு தெரிந்து விட்டது.

அவர்களுக்கு இந்த விஷயத்தை பெரிது படுத்த மனம்வர வில்லை. ஏனென்றால் வெறும் ஆண்களின் முகத்தையே எத்தனை நாள்தான் பார்த்துக் கொண்டிருக்க முடியும். பெண்கள் பரிமாறுவதும் ஒரு சுகம் தான். அதிலும்

பவுலினைப் போன்ற கவர்ச்சியான இளம் பெண்களை அருகில் பார்ப்பது அவர்களுக்கு கசக்கவா போகிறது?

பவுலின், கெய்ரோவுக்கு 1798ம் ஆண்டு ஜூலை மாதம் 30ம் தேதி வந்து சேர்ந்தாள். அங்கு அவள் தனது சீருடைகளை கலைந்துவிட்டு இயல்பான பிரெஞ்சுப் பெண்ணாக உலா வரத் தொடங்கினாள்.

அவள் பெண்களுக்கான உடைகள் சிலவற்றையே தன்னுடன் கொண்டு வந்திருந்தாள். அவற்றை அணிந்து ராணுவத்தினர் மத்தியில் உலா வருவதும், அவளைப் பார்த்து ராணுவ அதிகாரிகள் ஜொள்ளு வடிப்பதும் ஃபோரஸுக்கு

எகிப்தின் புராதன நினைவுச் சின்னத்தின் அருகே கம்பீரமாய்.!

பொறாமையை ஏற்படுத்தியது.

இவர்கள் வருவதற்கு முன்பே அங்கு முகாமிட்டுத் தங்கிருந்த நெப்போலியன் தலைமையிலான படைப்பிரி வினரிடம் ரொட்டிகள் தயாரிப்பதற்கோ, சுத்தமான ஒயின் தயாரிப்பதற்கோ போதுமான வசதிகள் இருக்கவில்லை.

இவர்கள் வந்தபிறகு தான் செய்தித்தாள் அச்சிடுவதற்கான எந்திரம், ஒயின் மற்றும் ரொட்டி தயாரிப்பதற்கான நவீன எந்திரங்கள் வந்து சேர்ந்தன.

இவர்கள் வருவதற்கு சற்று முன்புதான் அபவ்கிர் வளைகுடாவில் நிறுத்தப்பட்டிருந்த பிரெஞ்சுக் கப்பல்களை, நெல்சன் தலைமையிலான பிரிட்டிஷ் படையினர் தகர்த்து அழித்திருந்தனர். அந்தத் தாக்குதலில் நான்கு கப்பல்களைத் தவிர மற்றவை அனைத்தும் நொறுக்கப்பட்டு விட்டன.

இதையடுத்து நெப்போலியன் தனது படையினர் மத்தியில் ஒழுங்கு கட்டுப்பாடுகளை வற்புறுத்தி வந்தான். கெய்ரோ விலிருந்து இரண்டு செய்தித்தாள்கள் வெளியிட உத்தர விட்டான்.

படை வீரர்களுக்குத் தேவையான ஒயின் தயாரிப்பதற்காக நவீன அடுப்புகளை கட்ட உத்தரவிட்டான்.

கெய்ரோவையும், எகிப்தையும் தங்களுக்கேற்ற வகையில் மாற்றியமைப்பதற்கு புதிய கோட்பாடுகளை அமுல்படுத்த விரும்பினான். எகிப்தியர்களை மேற்கத்திய நாகரிகத்திற்கு ஏற்றபடி மாற்ற விரும்பினான்.

கெய்ரோவில் டிவோலி எகிப்தியன் என்ற பெயரில் உல்லாசப் பூங்கா ஒன்றை திறக்க உத்தரவிட்டான். பாரீசில் உள்ள பிரபலமான டிவோலி பூங்காவை நினைவுபடுத்தும் வகையில் இது உருவாக்கப்பட்டது.

1798ம் ஆண்டு நடைபெற்ற இந்தப் பூங்கா திறப்பு விழாவில் தான் பவுலினை முதன்முறையாக நெப்போலியன் சந்தித்தான்.

அவளுடைய சுருண்ட கூந்தலும், வாளிப்பான உடலும், கச்சிதமான புன்னகையும் தலைமைத் தளபதியை உடனே கவர்ந்து விட்டது.

இருவரும் உடனே அறிமுகப்படுத்தப்பட்டனர். அப்போது நடைபெற்ற உரையாடலில் நெப்போலியன் உலறிக் கொட்டினான்.

பலரும் தங்களைக் கவனித்துக் கொண்டிருந்ததால் அவன் நிதானம் தவறினான். உடனடியாக தனது பேச்சை முடித்துக் கொண்டு அங்கிருந்து விலகினான்.

பவுலினை விரைவில் அடைய வேண்டும் என்று விரும்பினான். அது அவ்வளவு எளிதாக இருக்கவில்லை. தனது

கணவனுக்கு நேர்மையாக இருக்க விரும்பினாள் அவள்.

ஆனால், நெப்போலியன் அவளுக்கு தனது தளபதிகள் ஜூனோட், டுரோக் ஆகியோர் மூலம் விலையுயர்ந்த பரிசுகளை கொடுத்தனுப்பினான். அவளோ, தனது கணவன் கெய்ரோவில் இருக்கும்வரை நெப்போலியனின் விருப்பத்திற்கு இணங்க முடியாது என்று தெரிவித்து விட்டாள்.

பிரெஞ்சு கப்பல்படை முற்றிலும் ஒழிக்கப்பட்டு விட்டநிலையில் அவ்வப்போது எகிப்து நிலவரம் குறித்து பிரான்சுக்கு செய்திகள் அனுப்பப்படுவது வழக்கம். ஆனால், சில நாட்களுக்கு முன்புதான் செய்திகள் கொடுத்து அனுப்பப்பட்டன. எனினும், பவுலினை அடைய வேண்டும் என்கிற விருப்பம் காரணமாக ஃபோரஸிடம் பிரான்சுக்கு செய்திகள் எடுத்துச் செல்லும் பணியை ஒப்படைக்கும்படி நெப்போலியன் உத்தரவிட்டான்.

1798ம் ஆண்டு டிசம்பர் 17ம் தேதி ஃபோரஸ் பிரான்சுக்கு புறப்பட்டான். அவன் பிரான்சுக்குப் புறப்பட்டவுடன் பவுலினும் நெப்போலியனும் உல்லாசமாக பொழுதைக் கழித்தனர். மற்ற அதிகாரிகள் தங்கள் மனைவியருடன் பங்கேற்கும் விருந்துகளில் நெப்போலியன் பவுலினுடன் கலந்து கொண்டான்.

நெப்போலியனின் புதிய உற்சாகம் அவனுக்கு கீழ்பணிபுரிந்த, அவனது நலம் விரும்பிய வீரர்களுக்கும், தளபதிகளுக்கும் மகிழ்ச்சி அளித்தது.

ஒரு விருந்து நிகழ்ச்சியில் உணவு நேரத்தில் மேஜை மீது வைத்திருந்த தண்ணீர் பவுலின் மீது கொட்டியது. அவளது உடை நனைந்து விட்டது. உடனே நெப்போலியன் அவளை தனது தங்குமிடத்திற்கு அழைத்துச் சென்றான். விளக்கு ஒன்றை எடுத்து வரும்படி உத்தரவிட்டான். தனது படுக்கை அறைக்கு அவளை அழைத்துச் சென்றான்.

அவர்கள் படுக்கையறையில் ஒரு மணி நேரம் இருந்தனர். மற்ற அதிகாரிகள் அவர்கள் இருவரும் காணாமல் போனது குறித்து வியப்போ, அதிர்ச்சியோ அடையவில்லை. நெப்போலியனைப் போலவே பவுலினுக்கும் உணர்ச்சிகள் ஒருமித்து போனதால் அவர்கள் சுற்றுச்சூழலை மறந்து

படுக்கையறையில் பொழுதைக் கழித்தனர்.

அடுத்த நாள் பவுலின் அவளுக்கும், அவளுடைய கணவனுக்கும் ஒதுக்கப்பட்டிருந்த தங்குமிடத்திலிருந்து நெப்போலியனின் அறைக்கு குடிபெயர்ந்தாள். அப்போதிருந்து நெப்போலியனுக்கு துணையாக எங்கும் செல்லத் தொடங்கினாள்.

பவுலின் தளபதிகளுக்குரிய உடையை அணிந்திருப்பாள். பிரான்சின் மூவர்ண பதக்கத்தை உடையில் அணிந்திருப்பாள். மூத்த அதிகாரிகளுடன் எளிதில் கலந்துரையாடி சிரித்து மகிழ்வாள். பாலைவனப் பகுதிகளுக்கு சிற்றுலாக்களை ஏற்பாடு செய்வாள். பிரமிடுகளைப் பார்க்க சுற்றுலா ஏற்பாடு செய்வாள்.

உணவு விருந்துகள், வரவேற்புகள் என பல்வேறு விஷயங்களில் அவள் சுறுசுறுப்பாக ஈடுபட்டாள். கெய்ரோவில் முகாமிட்டிருந்து பிரெஞ்சு வீரர்களை மகிழ்ச்சிப்படுத்துவதற்காக அவர்களுடைய முகாம்களுக்கு அடிக்கடி செல்வாள். பிரெஞ்சு வீரர்கள் அவளை நெப்போலியனின் கிளியோபாட்ரா என்று செல்லமாக அழைக்கத் தொடங்கினர்.

பவுலினின் நெருக்கம் நெப்போலியனின் மனதை வெகுவாக மாற்றி இருந்தது. ஜோசபினை விவாகரத்து செய்யும் உறுதிக்கு வந்துவிட்டான்.

“பவுலின், நீ எனக்கு ஒரு குழந்தையைப் பெற்றுத் தந்தால் நான் உன்னை திருமணம் செய்து கொள்வேன்” என்றான் நெப்போலியன்.

அவளும், அதற்குச் சம்மதித்தாள்.

இந்தச் சமயத்தில் பிரான்சிலிருந்து திரும்பி வந்தான் ஃபோரஸ். தனது தங்குமிடத்தில் பவுலின் இல்லாததை உணர்ந்தான். சக வீரர்களிடம் விசாரித்தான். அவர்கள் நடந்த விவரங்களை கூறினர். உடனே அவன் நெப்போலியனின் தங்குமிடத்திற்குச் சென்றான். அங்கிருந்த தனது மனைவியை தன்னுடன் வரும்படி அழைத்தான்.

“நான் உன்னுடன் வாழ முடியாது. எனக்கு விவாகரத்து

கொடு" என்றாள் பவுலின்.

"நீ அப்படி சொல்லக்கூடாது. நீ இல்லாமல் என்னால் வாழ முடியாது. நடந்ததை மறந்து விடு, தயவுசெய்து என்னுடன் வா" என்று கெஞ்சினான் ஃபோரஸ்.

அவள் பிடிவாதமாக மறுத்துவிட்டாள். தனது கணவன் தன்னை துன்புறுத்துவதாகவும், அவனிடமிருந்து விவாகரத்து வழங்க வேண்டும் என்றும் கெய்ரோ கமிஷனரிடம் புகார் அளித்தாள். அங்கு விவாகரத்து பெரிய விஷயமேயல்ல என்பதால் பவுலின் கேட்ட அரை மணி நேரத்தில் விவாகரத்து வழங்கப்பட்டது.

இப்போது பவுலின் முழுக்க முழுக்க நெப்போலியனுக்கு சொந்தமாகிவிட்டாள்.

லட்சியம் முடங்காது

எகிப்தில் நெப்போலியன் இக்கட்டான சூழ்நிலையில் சிக்கியிருந்தான்.

1798ம் ஆண்டு மே மாதம் டூலானிலிருந்து புறப்பட்ட அவன், ஜூலை 1ம்தேதி அலெக்சாண்ட்ரியாவை கைப்பற்றினான். அதைத் தொடர்ந்து ஜூலை 21ம்தேதி பிரமிடுகள் பிரதேசத்தை கையகப்படுத்தினான்.

கெய்ரோ வந்த சில நாட்களில், அவனது போர்க் கப்பல்கள் அனைத்தும் அழிக்கப் பட்டுவிட்டன. அதன்பிறகு அவனும், அவனது படை வீரர்களும் தனித்து விடப் பட்டனர்.

எல்லாவற்றுக்கும் எகிப்தையே நம்பியிருக்க வேண்டிய நிலை ஏற்பட்டு விட்டது. அங்கிருந்தபடி சில போர்க்களங் களை சந்தித்தான். ஏக்ரே, ஜாஃபா போன்ற பகுதிகளை கைப்பற்றுவதற்கு போர் தொடுத்தான்.

பாலைவனத்தின் வெயில் பிரான்ஸ் வீரர்களுக்கு புதிது. அவர்கள் அங்கு தாக்குப் பிடிக்க சிரமப்பட்டார்கள். எங்கும் பரந்து கிடந்த மணல்வெளி, திடீர் திடீரென சுழன்றடித்த மணற்புயல் அவர்களை திக்குமுக் காடச் செய்தது.

ஜாஃபாவில் எகிப்து வீரர்கள் ஏராளமானோர் நோய்வாய்பட்டனர். அவர்களை சென்று பார்த்த நெப்போலியன் மனமொடிந்தான். தனது வீரர்களுக்கு ஏற்பட்டுள்ள இந்த அவல நிலையை போக்குவதற்கு பிரான்சின் உதவி கிடைக்கவில்லையே என்று ஆத்திரப்பட்டான்.

ஜாஃபாவில் நோய்வாய்ப்பட்டிருந்த வீரர்களுடன்

ஆனாலும்,

"நான் எதற்கும் பயப்படமாட்டேன். அவர்கள் என்னை எகிப்திலேயே கிடக்கட்டும் என்று நினைத்தாலும், நான் எனது லட்சியத்தை அடைந்தே தீருவேன். அலெக்சாண்டரைப் போல தரைவழியாகவே தரணி முழுவதையும் என்னால் கைப்பற்ற

முடியும். அதை நிருபித்துக் காட்டுவேன்" என்று உறுதி எடுத்திருந்தான்.

கெய்ரோவுக்கு திரும்பிய அவன் தனக்கு எதிராக துருக்கி போர் தொடுக்கப் போகும் செய்தியை அறிந்து கவலையடைந்தான். உடனே, அதை திசை திருப்புவதற்கு மாற்றுத் திட்டம் என்ன என்று யோசித்தான்.

சிரியா மீது படையெடுத்தால் துருக்கியின் கவனம் எகிப்திலிருந்து திசை மாறும் என்று திட்டமிட்டான். ஆனால், சிரியா மீது போர் தொடுக்க போதுமான வீரர்கள் பிரான்சிலிருந்து வந்து சேரவில்லை. கப்பல்களும் போதுமான அளவுக்கு இல்லை.

இருந்தாலும், சிரியா மீது போர் தொடுக்க ஆயத்தமானான். உடனே படையெடுப்பு தொடங்கியது. அப்போது அவனுடன் வருவதாக பவுலின் விருப்பம் தெரிவித்தாள். அவளது விருப்பத்தை நெப்போலியன் ஏற்கவில்லை. கெய்ரோவிலேயே விட்டுச் சென்றான்.

அங்கிருந்தபடி நெப்போலியனுக்கு பல கடிதங்களை அவள் எழுதினாள். சிரியாவை வெற்றி கொண்ட பிறகு நெப்போலியன் கெய்ரோ திரும்பினான். மீண்டும் பவுலினுடன் இணைந்து வாழ்க்கை நடத்தினான். அதேசமயம் பிரான்சுக்கு திரும்பும்போது அவளை அழைத்துச் செல்லும் நோக்கம் நெப்போலியனுக்கு இல்லை.

பிரான்சிலிருந்து எவ்விதமான தகவலும் நெப்போலியனுக்கு கிடைக்கவில்லை. அதற்கான வாய்ப்பும் இல்லை. எட்டு மாதங்களுக்குப் பிறகு திடீரென்று ஒருநாள் பிரான்சிலிருந்து செய்திகள் குவிந்தன.

1799ம் ஆண்டு ஆகஸ்ட் மாதம் 17ம் தேதி எகிப்து கடலோரப்பகுதியிலிருந்து பிரிட்டிஷ் கடற்படை விலகி விட்டதாக நெப்போலியனுக்கு தகவல் கிடைத்தது. இதைத் தொடர்ந்து பிரான்சிலிருந்து வந்த செய்திகள் தனக்கு கிடைத்திருப்பதை உணர்ந்தான் நெப்போலியன்.

தான் உருவாக்கிய இத்தாலி குடியரசு முழுமையாக பிரான்சிலிருந்து விலகிவிட்டதை அறிந்தான். பிரான்ஸ் அரசின் டைரக்டர்கள் தன்னை ஒழித்துக் கட்டுவதில் உறுதியாக இருப்பதையும் அறிந்தான். உடனே பிரான்சுக்குப் புறப்பட விரும்பினான்.

இதையடுத்து, குறிப்பிட்ட தனது வீரர்களை மட்டும் அழைத்து

அவர்களிடமிருந்து விடைபெற்றான் நெப்போலியன். பின்னர், பிரான்சுக்குப் புறப்பட்டான். பவுலின் எகிப்திலேயே விட்டுச் செல்லப்பட்டாள்.

எகிப்திலிருந்து புறப்பட்ட நெப்போலியனின் கப்பல்படைப் பிரிவு எளிதில் பிரான்சை அடைய முடியவில்லை.

400 கப்பல்களுடன் டூலானிலிருந்து எகிப்துக்கு வந்த நெப்போலியன் இப்போது இரண்டே கப்பல்களுடன் ஆகஸ்ட் மாத இரவில் நடுங்கும் குளிரில் பிரான்சை நோக்கிப் புறப்பட்டான். அவனது அன்புக்குரிய ஆயிரக்கணக்கான வீரர்களை அனாதையாக விட்டுவர நேர்ந்தது. அவன் உள்ளத்தை ஊனமடையச் செய்திருந்தது.

மிகவும் துயரமான சூழலில் வெறும் நட்சத்திர வெளிச்சங்களை மட்டுமே துணையாகக் கொண்டு கடலில் மிதந்து கொண்டிருந்தது நெப்போலியனின் கப்பல். தனது சக அதிகாரிகளுடன் சீட்டு விளையாடினான். சீட்டுகளை அடையாளம் காணக்கூட முடியாத அந்த மெல்லிய வெளிச்சத்தில் சக அதிகாரிகளை ஏமாற்றினான். அதில் சந்தோஷமடைந்தான்.

அடுத்த நாள் காலை, அவர்களிடம் மோசடி செய்து சேர்த்த பணத்தை திரும்பவும் கொடுப்பான். 15 மாதங்களுக்கு முன்பு புறப்பட்ட பயணத்திலிருந்து இது மிகவும் வித்தியாசமான பயணமாக இருந்தது. 400 கப்பல்களில் 2 மட்டுமே மிச்சமாக இருந்திருந்தது. 35 ஆயிரம் வீரர்களில் பாதி பேர் செத்து மடிந்து விட்டனர்.

நெப்போலியனின் கப்பல்கள் செல்லும் திசையே தீர்மானிக்கப்படவில்லை. வாரக்கணக்கில் பயணம் நீடித்தது. எங்கும் தரைப் பகுதியே தென்படவில்லை.

ஆறு வாரங்கள் கழிந்தன. அக்டோபர் மாதம் காலை நேரத்தில், தொலை தூரத்தில், மங்கிய மலைத் தொடர் ஒன்று நெப்போலியனின் கண்களில் பட்டது.

"அதுதான் கோர்சிகா. அந்தத் தீவை நோக்கி கப்பல்களைச் செலுத்துங்கள். அது இப்போது பிரான்சின் கட்டுப்பாட்டில் தான் இருக்கிறதா என்பதை முதலில் உறுதி செய்யுங்கள். பிறகு கரையையொட்டி செலுத்துங்கள்" என்று உத்தரவிட்டான் நெப்போலியன்.

தாய் மண்.

எகிப்திலிருந்து பல்வேறு சிரமங்களுக்கிடையே பிரான்ஸ் வந்த நெப்போலியனை படகுகளில் வந்து வரவேற்ற மக்கள்

நெப்போலியன் இந்த மண்ணை விட்டு விரட்டப்பட்டு எத்தனை ஆண்டுகள் ஆகிவிட்டன? தன்னை விரட்டியவர்களிடமிருந்து இத்தாலியில் உட்கார்ந்தபின் எவ்வளவு தந்திரமாக மீண்டும் தனது மூதாதையரின் கையில் தீவை ஒப்படைத்தான்?

உள்ளத்தில் இனம் புரியாத உணர்ச்சிகள் ஒரே நேரத்தில் குவிந்தன. இன்னமும் பிரான்சிடம் தான் கோர்சிகா இருக்கிறது

என்பதை உறுதிப்படுத்திக் கொண்டான். கப்பல்கள் இரண்டும் அஜாக்சியோ துறைமுகத்தில் ஒதுங்கின.

துறைமுகத்தில் ஆயிரக்கணக்கான மக்கள் ஆரவாரம் செய்து அவனை வரவேற்றார்கள். அவனை அவனுடைய செல்லப் பெயரை பயன்படுத்தி பலர் கூவி அழைத்தனர். நூற்றுக்கணக்கான இளைஞர்கள் அவனுடன் கைகுலுக்க விருப்பம் தெரிவித்தனர்.

எல்லா ஆரவாரத்தையும் பொறுமையாக ஏற்றுக் கொண்டிருந்தான். கூட்டத்திலிருந்து திடீரென்று ஒரு குரல் அவனை திரும்பிப் பார்க்க வைத்தது.

“ஃபிக்ளியோ? கரோ ஃபிக்ளியோ!”

அழைத்த பெண்மணியின் பெயர் கேமிலா. குழந்தைப் பருவத்திலிருந்து அவனை எடுத்து வளர்த்த பெண் அவள். 50 வயதை நெருங்கும் அவர் உணர்ச்சிக் கொந்தளிப்பினால் நெப்போலியனை நெருங்கி அவனை ஆரத் தழுவினாள்.

வரவேற்பை முடித்துக் கொண்டு தனது பூர்வீக இல்லத்திற்குச் சென்றான். வீட்டில் அவனுடைய தாயார் இல்லை. அப்போது தான் அவர் வெளியே புறப்பட்டு சென்றிருப்பதாகக் கூறினார்கள்.

கடந்த மூன்று மாதங்களில் இத்தாலியில் என்ன நடந்தது? என்ற விவரங்களைக் கேட்டறிந்தான். மாண்ட்டுவா, மிலன் ஆகியவை பிரான்சிடமிருந்து விலகி விட்டன. ஜெனோவா இன்னமும் பிரான்சிடம் தான் இருக்கிறது. அதை தக்க வைப்பது கடினமான காரியம் தான். ஹாலந்தில் பிரிட்டிஷ் படை இறங்கி விட்டது. நீங்கள் பெற்ற வெற்றிகள் அனைத்தும் வீணாகிக் கொண்டிருக்கின்றன. டைரக்டர்களில் இருவர் நிர்ப்பந்தப்படுத்தி விலக்கப்பட்டுள்ளனர் என்றெல்லாம் தகவல்கள் கிடைத்தன.

தாமதம் கூடாது. உடனே பாரீசுக்கு போக வேண்டும். விரைவாக கப்பலைச் செலுத்துங்கள் என்று உத்தரவிட்டான் நெப்போலியன்.

இரண்டு நாட்கள் பயணம். டூலான் துறைமுகத்தை நெருங்கி விட்டார்கள். ஆனால் தூரத்து வெளிச்சத்தில் தெரிந்த கப்பல்கள் நெப்போலியனை எச்சரித்தன.

அவை பிரிட்டிஷாரின் கப்பல்கள்.

“கப்பல்களை திருப்புங்கள்” அவசரமாக உத்தரவிட்டான் நெப்போலியன். இருட்டில் அவர்களது கப்பல் சடாரென்று மறைந்தன. இப்போதும் எதிரியிடம் இருந்து நெப்போலியன் நொடிப்பொழுதில் தப்பி விட்டான். இரவு வந்து விட்டது. டூலானில் இறங்க முடியாது. என்ன செய்யலாம்? யோசித்தான் நெப்போலியன்.

ஃப்ரெஜஸ் நகருக்கு திருப்பும்படி உத்தரவிட்டான். அங்கு கடற்கரையோரத்தில் ஏராளமான பாறைகள் இருக்குமே? அதனால் என்ன, பரவாயில்லை. எவ்வளவு ஆபத்தைச் சந்தித்தாலும் பிரான்சில் உடனடியாக தரையிறங்க வேண்டும். உறுதியாக இருந்தான் நெப்போலியன்.

ஃப்ரெஜஸ் மிக சிறிய நகரம். அதன் கடற்கரையில் நிறைய படகுகள் ஏணிகளுடன் காத்திருந்தன. அவை எதற்காக அங்கே காத்திருக்கின்றன? நெப்போலியனை வரவேற்க அவை

காத்திருந்தன.

மக்கள் கடற்கரையில் ஆரவாரம் செய்து கொண்டிருந்தனர். ஆப்பிரிக்காவில் இருந்து பிரான்சுக்கு திரும்பும் செய்தி இவர்களுக்கு எப்படி கிடைத்தது என்று ஆச்சரியப்பட்டான்.

"ஆஸ்திரியர்கள் நம்மை அழிக்க வந்துவிட்டார்கள். நமது வாசலில் அவர்கள் நிற்கிறார்கள். அவர்களை விரட்டுவதற்கு நீங்கள் அவசியம் வேண்டும்".

மக்கள் அவனை வீதிகள் வழியே முழக்கங்களை எழுப்பி பாதுகாப்பாக அழைத்துச் சென்றனர். பிரான்ஸ் மோசமான பாதையில் சென்று கொண்டிருக்கிறது என்பதை புரிந்து கொண்டான் நெப்போலியன்.

அய்க்ஸ் நகரில் ஓய்வெடுத்தான். அப்போது அவனிடம் ஒரு கடிதம் அளிக்கப்பட்டது. அதை காலம் தாழ்ந்து அவனிடம் வந்து சேர்ந்தது.

"டைரக்டரி உங்களுக்காக காத்திருக்கிறது தளபதி அவர்களே. உங்களுடைய வீரம் மிகுந்த துணையை எதிர்பார்த்து நாங்கள் இருக்கிறோம்"

பிரான்ஸ் டைரக்டர்கள் தனக்காக எதிர்பார்த்து பீதியுடன் காத்திருப்பதை புரிந்து கொண்டான் நெப்போலியன். உடனடியாக பாரீஸ் செல்ல வேண்டியதில்லை. இன்னும் சற்று தாமதப்படுத்துவோம். அவர்களை தந்திரமாகக் கையாள்வோம் என்று முடிவெடுத்தான்.

உடனடியாக பாரீசுக்கு ஒரு கடிதம் எழுதினான்.

"எகிப்து முழுவதும் நமக்குச் சொந்தமாகி விட்டது. படையெடுப்பு வெற்றி பெற்று விட்டது. ஜூலை மாதத்திலிருந்து செய்தித்தாள்கள் எனக்குக் கிடைக்கவேயில்லை. ஆனால், பிரான்சில் நிலவும் நெருக்கடிகளை கேள்விப்பட்டவுடன் நான் எகிப்திலிருந்து புறப்பட்டு விட்டேன். அனைத்து அபாயங்களையும் கடந்து படைப்பிரிவு ஏதுமின்றி பிரான்சுக்கு வந்து கொண்டிருக்கிறேன். கிளேபர் தலைமையில் எகிப்து பத்திரமாக இருக்கும். நான் விரைவில் பாரீசில் இருப்பேன்."

மிகவும் கவனமாக வார்த்தைகளை பயன்படுத்தி கடிதத்தை எழுதியிருந்தான் நெப்போலியன். அவனுடைய கடிதம் வந்த செய்தி அறிந்தவுடன் பிரான்ஸ் முழுவதும் மக்கள் உற்சாகமடைந்தனர்.

"எங்கள் ஹீரோ திரும்பி விட்டான்"

இதுதான் மக்கள் எழுப்பிய நம்பிக்கை முழக்கம்.

நெப்போலியனின் பெயர் எதிரிகளுக்கு சிம்ம சொப்பனமாக இருந்தது. அவன் பின்னால் பிரான்ஸ் முழுவதுமே அணிவகுக்க தயாராக இருந்தது. அய்க்ஸ் நகரிலிருந்து பாரீஸ் சென்றடையும் வரை மக்கள் வெள்ளத்தில் மிதந்து கொண்டிருந்தான் நெப்போலியன்.

இதோ பாரீஸ் வந்து விட்டது. தனது உறவுகள் குறித்தோ, ஜோசபினைப் பற்றியோ எந்தவிதமான கேள்விகளையும் அவன் கேட்கவில்லை.

ஜோசபினை விவாகரத்து செய்து விட்டானா? அவனது சகோதரர்கள் எங்கே? அவர்கள் யாருமே அவனைப் பார்க்க வரவில்லையே ஏன்? என்ற கேள்விகள் சிலர் மனதில் எழுந்து மறைந்தன.

வீட்டு வாசலில் யாரோ ஒரு பெண்மணி நிற்கிறாள். அவள் யார்?

அவள், நெப்போலியனின் தாய்.

ஆத்திரமும் அவதனிப்பும்

ஜோஸபின் அஞ்சி நடுங்கிக் கொண்டிருந்தாள்.

நெப்போலியன் பிரான்சுக்கு வந்து விட்டதாக அவளுக்கு தகவல் கிடைத்தபோது, பிரான்ஸ் டைரக்டர்களில் ஒருவரான கோஹியெரின் வீட்டில் இருந்தாள்.

பராஸுடன் நெருங்கிய உறவு வைத்திருந்ததைப் போலவே, கோஹியெருடனும் உறவு வைத்திருந்தாள்.

நெப்போலியன் தன்னை விவாகரத்து செய்துவிடுவான் என்ற பயம் அவளை ஆட்டிப்படைத்தது. அவனைச் சமாதானப்படுத்த டைரக்டர்களின் உதவியை அவள் வேண்டினாள். நெப்போலியனை எதிர்கொண்டு சந்திக்கச் சென்றாள்.

நெப்போலியன் அவனது குடும்பத்தினரைச் சந்திப்பதற்கு முன் நாம் அவனைச் சந்தித்து விட வேண்டும்.

அவனை மயக்கி இரவும் பகலும் நமது பிடியில் வைத்துக் கொள்ள வேண்டும். அவனைப் பேசவே விடாமல் இதழ்களை நாம் கவ்விக் கொள்ள வேண்டும்.

நம்மைப் பற்றி அவன் கேட்ட கதைகள் அனைத்தையும் மறக்கும்படி செய்துவிட வேண்டும் என்று யோசித்துக் கொண்டே போனாள்.

ஆனால், அவன் வேறு வழியில் பாரீஸுக்கு வந்துவிட்டான்.

வீட்டில் ஜோஸபின் இல்லாததைக் கண்டு ஆத்திரமடைந்தான். அவளுடைய உடைமைகள் அனைத்தையும் வெளியே தூக்கி எறியும்படி உத்தரவிட்டான்.

அந்தச் சமயத்தில் அவள் அரக்கப்பரக்க ஓடிவந்தாள்.

அவன் வீட்டுக்குள் சென்று கதவைச் சாத்திக்கொண்டான்.

அவள் கெஞ்சினாள். கதறி அழுதாள். அவளுடன் அவளுடைய மகளும் மகனும்கூட அழுதனர்.

"என்னை மன்னித்து விடுங்கள்"

தான் உயிருக்குயிராய் காதலித்தவள் மன்னிப்பு கேட்டவுடன் மனம் இறங்கினான்.

தலைக்குள் ஆயிரம் திட்டங்களைத் தீட்டி வைத்திருக்கிறான். பிரான்ஸை தனது அதிகாரத்தின் கீழ் கொண்டுவரும் அந்தத் திட்டங்களுக்கு ஜோஸபின் உதவ முடியும் என்பது அவனுக்குத் தெரியும். அவளுக்கு முக்கிய பிரமுகர்கள் அனைவருடனும் நெருக்கம் இருக்கிறது.

இந்தச் சமயத்தில் குழந்தைகளுடன் வந்து அழவைப்பது செல்வாக்கை சரித்துவிடும் என்றெல்லாம் சிந்தித்தான்.

மன்னிப்பு கேட்பதும் மன்னிப்பதும் மனிதமாண்பு என்பதை நிரூபிப்பவன் போல, கதவைத் திறந்தான். ஆனால், பழைய நெப்போலியனைப் போல அல்ல. மிகவும் வைராக்கியத்துடன் இருந்தான். அவள் வலையில் விழுந்துவிடக் கூடாது என்ற உறுதியுடன் இருந்தான்.

எனவே, அந்தச் சச்சரவு அத்துடன் முடிந்தது.

அடுத்த வேலையில் கவனத்தைச் செலுத்தினான் நெப்போலியன்.

டைரக்டரியை ஒழிக்க வேண்டும். அதற்கு என்ன செய்யலாம்? கவுன்சில்களை தனது கட்டுப்பாட்டில் கொண்டுவர வேண்டும்.

அதற்கு என்ன செய்யலாம்?

வேகமாக கணக்குப் போட்டான். பிரான்சில் கவுன்சில் ஆஃப் ஏன்சியென்ட் என்றும், கவுன்சில் ஆஃப் ஃபைவ் ஹண்டரட் என்றும் இரண்டு கவுன்சில்கள் இருந்தன. அவை டைரக்டரிக்கு எதிராக இருந்தன. டைரக்டரியை ஒழித்துவிட்டு அதிகாரம் முழுவதையும் தானே கைப்பற்ற நெப்போலியன் திட்டமிட்டான். டைரக்டர்களை ராஜினாமா செய்ய வைக்க முடியுமா?

தனக்கு நெருக்கமான அபே ஸீயெஸுடன் கலந்து பேசினான். அவர் முதலில் ராஜினாமா செய்ய சம்மதித்தார். அடுத்து டூகோ என்பவரும் சம்மதித்தார். பராஸுக்கு பணம் கொடுத்தான் நெப்போலியன். அதை வாங்கிக் கொண்டு அவரும் விலகினார்.

மிச்சம் இரண்டு பேர் இருந்தனர். கோஹியெரும் மவுலினும். இவர்களில் மவுலின் நெப்போலியன் அனுப்பிய அன்பளிப்புகளை வாங்கிக்கொண்டு நாட்டைவிட்டு வெளியேறினார். கோஹியெர் பணம் வாங்க மறுத்தார். உடனே, அவரைக் கைது செய்தனர்.

நடைபெற்ற சம்பவங்கள் கவுன்சில் தலைவர்களை யோசிக்க வைத்தன. அவர்கள் கவுன்சில் கூட்டத்தை பாரீஸில் நடத்துவது சரிப்படாது என்று கருதினர். செய்ன்ட் க்ளவ்ட் என்ற நகருக்கு கூட்டத்தை மாற்றினர்.

இதற்காகத்தான் நெப்போலியன் திட்டமிட்டான். கவுன்சில் ஆஃப் ஃபைவ் ஹண்ட்ரடில் செல்வாக்கு மிக்க தலைவராக நெப்போலியனின் தம்பி லூசியன் இருந்தான். அந்தப் பொறுப்புக்கு சட்டப்படி தேவையான வயதைக்கூட அவன் எட்டியிருக்கவில்லை.

ஆனால், நல்ல பேச்சாளனாக இருந்தான். அந்த மாதக் கூட்டத்திற்கான தலைவராக அவன் தேர்வு செய்யப்பட்டிருந்தான். கவுன்சில் கூட்டத்தை சமாளித்துக் கொள்வதாக அவன் உறுதி அளித்தான்.

நெப்போலியன் தனது தோற்றத்தை மாற்றியிருந்தான். முடியைக் குட்டையாக வெட்டிக் கொண்டான். தலையில் தலைப்பாகை அணிந்து எகிப்தின் மேமலூக்குகளைப் போல உடையணிந்து குதிரையில் பவனி வந்தான்.

கவுன்சில் கூட்டத்திற்கு அவன் தனது நம்பிக்கைக்குரிய தளபதிகளை பாதுகாப்புக்கு நியமித்திருந்தான்.

பாரீஸின் தளபதியாக நெப்போலியனை நியமிக்க வேண்டும் என்ற தீர்மானம் இரண்டு கவுன்சில்களிலும் கொண்டுவரப்பட்டது.

செய்ன்ட் க்ளவ்டில் கவுன்சில் கூட்டம் நடைபெற்ற கட்டிடம் மிகவும் சிறியது. கட்டிடத்தின் அருகே இருந்த டுய்லரீஸ் பூங்காவில் கூட்டம் நிரம்பி வழிந்தது. அவர்களிடையே நெப்போலியன் தனது குதிரையில் வந்தான். அவர்கள் அவனைப் பார்த்து உற்சாகமாக குரல் எழுப்பினர். ஆனால், அதில் அரசியல் நோக்கம் இல்லை.

அரசாங்கத்தின் ஐந்து அதிகாரமிக்க நபர்களை ஒன்றுமில்லாமல் செய்துவிட்டான். இனி, ரோம் பேரரசில் இருந்தது போல மூன்று தலைவர்களை கவுன்சில் நியமிக்க வேண்டும். அந்த மூவர் யார்? மூவரிலும் முதல்வர் யார்? என்பதை அறிந்துகொள்ள மக்கள் ஆர்வமாக இருந்தனர்.

அந்தச் சமயத்தில் கவுன்சில் ஆஃப் ஏன்சியென்ட் கூட்டம் நடக்கும் மேல் மாடி அரங்கிற்குள் நுழைந்தான் நெப்போலியன். அவர்களைப் பார்த்து பேசத் தொடங்கினான்...

"நமது குடியரசு ஆபத்தில் இருக்கிறது. எனவே இந்த ஆபத்திலிருந்து குடியரசை பாதுகாக்க நீங்கள் சட்டம் இயற்ற வேண்டும். இதற்காக சரித்திர முன்னுதாரணங்களை தேட வேண்டாம். அப்படி எதுவும் இருக்காது. சுதந்திரம் சமத்துவம் ஆகியவற்றின் அடிப்படையிலான குடியரசை நாம் விரும்புகிறோம். அதை நாம் பெற்றிருக்கிறோம். விடுதலையின் நண்பர்கள் அனைவருடைய உதவியோடு நான் அதை பாதுகாப்பேன். எனது பெயராலும் ஆயுதங்கள் ஏந்திய எனது நண்பர்களின் பெயராலும் நான் உறுதியளிக்கிறேன்"

கவுன்சில் உறுப்பினர்கள் வாயடைத்துப் போயிருந்தனர். பேசிவிட்டு வெளியேறி விட்டான் நெப்போலியன். ராணுவ அணிவகுப்பில் பேசுவதுபோல பேசிவிட்டான். அவன் பேசிய தொனி உறுப்பினர்களுக்கு வெறுப்பை ஏற்படுத்தியது.

இந்தச் சமயத்தில் கவுன்சில் ஆஃப் ஃபைவ் ஹண்ட்ரடையும் நாள்முழுக்க ஒத்தி வைத்திருப்பதாக லூசியனிடம் இருந்து தகவல் வந்தது.

இனி நாளைய கூட்டத்தில் என்ன நடக்கிறது என்று பார்க்கலாம். நெப்போலியன் தனது உயிருக்கு ஆபத்து ஏற்படலாம் என்று பயந்தான். படுக்கையிலேயே கத்தியை அருகில் வைத்து படுத்தான்.

அடுத்தநாள் டுய்லரீஸ் தோட்டம் பரபரப்பாக இருந்தது. நெப்போலியனை சட்டவிரோதமான நபர் என்று கவுன்சில் ஆஃப் ஏன்சியென்ட் அறிவித்தது. அவன் கூட்டம் நடக்கும் ஹாலுக்கு

நாடாளுமன்றத்தில் நெப்போலியன் நடத்திய கலகம்

மீண்டும் சென்று ஆவேசமாக எச்சரித்துத் திரும்பினான்.

இரண்டு அவைகளிலும் நெப்போலியனின் ஆதரவாளர்களுக்கும் எதிரிகளுக்கும் இடையே மோதல் உருவானது. கூச்சல் குழப்பம் ஏற்பட்டது.

தனது அண்ணனுக்கு ஆதரவாக லூசியென் ஒரு தந்திரத்தை கையாண்டான்.

"எனது அண்ணன் சட்டவிரோதமானவன் என்று தெரிந்தால் அவனை வெட்டிச் சாய்க்கும் முதல் நபர் நானாகத்தான் இருப்பேன்"

என்று வெளியே வந்து வீரர்களிடம் தெரிவித்தான். அவர்கள் உடனே ஆரவாரம் செய்தனர்.

"ஆனால், இரண்டு அவைகளிலும் மிகச்சில எதிர்ப்பாளர்கள் புகுந்து கலகம் விளைவிக்கின்றனர். எனவே, அவர்களை வெளியேற்ற வேண்டும் என்று அவைத்தலைவர் என்ற முறையில் கேட்டுக் கொள்கிறேன்"

அவனது தந்திரம் பலித்தது. கவுன்சில்கள் கலைக்கப்பட்டன. நெப்போலியன் சந்தர்ப்பத்தை பயன்படுத்திக் கொண்டான். பிரான்சின் சர்வாதிகாரியாக தன்னை அறிவித்துக் கொண்டான். அவனுக்கு உதவியாக ஸீயெஸூம் டுக்ரோவும் நியமிக்கப்பட்டனர்.

பிரான்சின் பேரரசனாய் போப் முன்னிலையில் முடிசூட்டிக் கொண்டான் நெப்போலியன்

அதிரடியாய் பறித்த அதிகாரம்

அமைதி உடன்படிக்கைகள் நீண்ட நாள் தாக்குப்பிடிக்கவில்லை.

பிரான்சுக்கு பயந்து உடன்படிக்கை செய்து கொண்டதாக பிரிட்டிஷ் மக்கள் மத்தியில் விமர்சனங்கள் எழுந்தன. மக்கள் எதிர்ப்பு பிரிட்டிஷ் அரசாங்கத்தை நெருக்கடியில் தள்ளியது.

பிரான்ஸ் குடியரசை அங்கீகரிப்பதாக முதலில் ஒப்புக்கொண்ட பிரிட்டன் பிறகு மறுத்துவிட்டது. ஐரோப்பாவிலுள்ள மற்ற முடியரசுகளும் பிரெஞ்சு குடியரசுக்கு அங்கீகாரம் அளிக்க பிடிவாதமாக மறுத்து வந்தன.

புரட்சியின் விளைவுகள் தங்களுடைய முடியரசுகளுக்கும் ஆபத்தை ஏற்படுத்தும் என்று அவை அஞ்சின.

பிரான்ஸ் குடியரசை அங்கீகரிப்பதாக ஒப்புக் கொண்ட பிரிட்டன், பிரான்சின் முன்னாள் மன்னர் பதினாறாம் லூயின் சகோதரருக்கு அரசுமுறை வரவேற்பை அளித்தது.

அதேபோல, மால்டாவிலிருந்து தனது படையை விலக்கிக் கொள்வதாக அளித்திருந்த வாக்குறுதியையும் நிறைவேற்றவில்லை.

பியத்மோண்டை பிரான்சுடன் இணைக்கும் முடிவையும், சுவிட்சர்லாந்தில் மத்தியஸ்தம் செய்ய அதிகாரம் அளிக்கும் நெப்போலியனின் சட்டத்தையும் பிரிட்டன் எதிர்த்தது.

இது இப்படி நீடித்துக்கொண்டிருக்கும் நிலையில், நெப்போலியனுக்கு இன்னொரு பின்னடைவும் ஏற்பட்டது. பிரிட்டனிடமிருந்த கெய்தி தீவை கைப்பற்றுவதற்காக அனுப்பிய படை அங்கு முகாம் அமைத்தது.

அந்த முகாமிலிருந்த வீரர்கள் மஞ்சள் காய்ச்சல் மற்றும் எதிரிப் படையினரின் தாக்குதலில் அழிக்கப்பட்டனர். இதையடுத்து பிரிட்டனுடன் உடனடியாக யுத்தம் தொடங்க வேண்டிய நிலை ஏற்பட்டது.

வடஅமெரிக்காவில் பிரான்சுக்கு சொந்தமான பகுதிகளை பாதுகாக்க வழியில்லாமல் போயிற்று. எனவே அவற்றை ஒருங்கிணைத்த நெப்போலியன் அமெரிக்க ஐக்கிய நாடுகளுக்கு ஏக்கர் ஒன்றை மூன்று சென்டுகளுக்கு (பிரிட்டிஷ் நாணயம்) அதாவது அடிமாட்டு விலைக்கு விற்க வேண்டிய கட்டாயம் ஏற்பட்டது.

மால்டா தீவு விவகாரம் பிரிட்டனுடன் போர் பிரகடனம் அறிவித்தவுடன் முடிவுக்கு வந்தது.

1804 ஜனவரி மாதம் நெப்போலியனுக்கு அடுத்த சோதனை வந்தது.

ஆம், மன்னராட்சியை ஆதரிக்கும் போர்போன்ஸ் பிரிவினர் நெப்போலியனை கொலை செய்ய சதித்திட்டம் தீட்டினர். இந்தச் சதித் திட்டத்தை நெப்போலியனின் காவல்துறை கண்டுபிடித்தது.

இதையடுத்து டியூக் டி எனைன்னை கைது செய்ய நெப்போலியன் உத்தரவிட்டான். அவசர அவசரமாக அவர் மீது விசாரணை நடைபெற்றது. மார்ச் மாதம் 21ம் தேதி அவர் தூக்கிலிடப்பட்டார்.

இந்தச் சம்பவத்தையே காரணமாகக் காட்டி பிரான்சில் வம்சாவளி முடியரசை நிறுவினான் நெப்போலியன். பிரான்ஸ் பேரரசின் முதல் பேரரசராக தன்னை அறிவித்துக் கொண்டான்.

அரசியல் சட்டத்தில் நெப்போலியனின் இந்த முடிவு அங்கீகரிக்கப்பட்டு விட்டால் பிரான்சின் முன்னாள் மன்னர்கள் உரிமை கொண்டாட முடியாது என்கிற நிலை ஏற்பட்டது.

நெப்போலியன் பேரரசராக பதவியேற்பதற்கான விழா ஏற்பாடுகள் தீவிரமாகத் தொடங்கின. போப் ஏழாம் பியஸை பிரான்சுக்கு வரவழைத்து அவர் கையால் முடி சூட்டிக் கொள்ள நெப்போலியன் திட்டமிட்டான். அவர் முரண்டு பிடித்தார். இது இயற்கையின் நியதிகளுக்கு மாறானது என்றார். ஆனால், தனது பதவியேற்பு மற்ற நாடுகளின் அங்கீகாரத்தைப் பெற வேண்டும் என்றால், போப் முன்னிலையில் பதவியேற்பதுதான் சரியாக இருக்கும் என்று நினைத்தான்.

பிரான்சின் பல்வேறு பகுதியிலுள்ள 12 நகரங்களிலிருந்து ராணுவம் மற்றும் கப்பல் படை வீரர்களின் அணிவகுப்பு தொடங்கியது. அவர்கள் அங்கிருந்து புறப்பட்டு பாரீசில் பதவியேற்பு விழா நடைபெறும் அரண்மனைக்கு ஊர்வலமாக வந்தனர்.

நாடு முழுவதும் தனது பதவியேற்பு விழா கொண்டாடப்பட வேண்டும் என்பதற்காக நெப்போலியன் இந்த விரிவான ஏற்பாடுகளைச் செய்தான்.

பதவி ஏற்பதற்கு முதல்நாள் ஜோசபினுடன் தனியறையில் அமர்ந்து பேசினான். அப்போது...

"இன்னும் ஒரு ஆண்டில் எனக்கு ஒரு வாரிசை பெற்றுத் தர வேண்டும். இல்லையென்றால் உன்னை விவாகரத்து செய்வேன்.

எனக்கு மனைவி முக்கியமல்ல. பதவி தான் முக்கியம்" என்று கூறினான்.

எகிப்து படையெடுப்பை முடித்து நாடு திரும்பிய பிறகு ஜோசபின் நெப்போலியனுக்கு அடங்கியவளாக நடந்து கொண்டிருந்தாள். ஆனால், அவனுடைய காதலை மீண்டும்

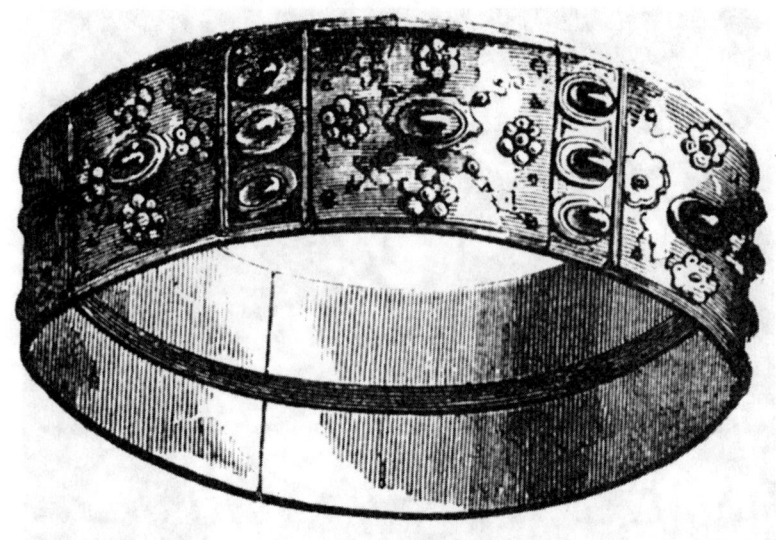

லொம்பார்டு இன மக்களின் கிரீடம்

அவளால் பெற முடியவில்லை. அவன் தனது அதிகாரத்தை பரவலாக்கிக் கொள்ளும் முயற்சியிலேயே ஈடுபட்டிருந்தான்.

1804ம் ஆண்டு டிசம்பர் மாதம் நோட்ரே டேம் அரண்மனையில் ஆயிரக்கணக்கான பிரமுகர்கள் கூடியிருந்தனர். போப் ஏழாம் பியஸ் உள்ளிட்ட முக்கிய பிரமுகர்கள் காத்திருந்தனர். நெப்போலியனும் அவனது குடும்பத்தினரும் பயணம் செய்த வாகனம் அரண்மனை வாசலில் வந்து நின்றது.

ஜோசபினும், மகாராணிக்குரிய ஆடை அலங்காரத்துடன் அரண்மனைக்கு வந்தாள்.

பதவியேற்பு தொடங்குவதற்கு சற்று முன் போப் ஏழாம் பியஸ் தனது எதிர்ப்பை தெரிவித்து குழப்பம் ஏற்படுத்த முயற்சி செய்தார். உடனே அவரது கையிலிருந்த மகுடத்தைப் பறித்து தனக்குத் தானே முடிசூட்டிக் கொண்டான் நெப்போலியன்.

சிறிது நேரத்தில் ஜோசபினுக்கு அவன் முடிசூட்டினான்.

பிரான்சின் பேரரசராக முடிசூட்டிக் கொண்ட நெப்போலியன், அடுத்து 1805ம் ஆண்டு மே மாதம் 26ம் தேதி இத்தாலியின் மன்னராகவும் முடிசூட்டிக் கொண்டான். லொம்பார்டி

வம்சாவளியினருக்குரிய இரும்பு கிரீடத்தை அவன் அணிந்து கொண்டான்.

இத்தாலி நாட்டிலுள்ள லொம்பார்டி பிரதேசத்தில் இருந்து ஜெனோவாவுக்கு குடியேறி, அங்கிருந்து கோர்சிகா தீவை அடைந்தவர்கள் நெப்போலியனின் மூதாதையர். இதை நினைவுபடுத்தும் வகையிலேயே, லொம்பார்டு இனத்தவரின் வழக்கப்படி இரும்புக் கிரீடத்தை சூடிக் கொண்டான் நெப்போலியன் .

நெப்போலியன் பேரரசராக முடிசூட்டிக் கொண்ட நிகழ்ச்சி, பிற முடியரசுகளை ஆத்திரமடையச் செய்தது. சாதாரண குடியைச் சேர்ந்த நெப்போலியன் தங்கள் அனைவரையும் அச்சுறுத்தி, பிரான்ஸ் பேரரசையே கைப்பற்றி விட்டான் என்பதால், அவர்களுடைய பொறாமைத் தீ கொழுந்து விட்டு எரிந்தது.

நெப்போலியனை ஒழித்துக் கட்டுவதற்கு ஆஸ்திரியா மற்றும் ரஷ்யாவுடன் கூட்டணி அமைப்பதில் தவறில்லை என்று பிரிட்டன் கருதியது.

பிரான்ஸ் கப்பற்படை பிரிட்டனின் கப்பற்படையை தோற்கடிக்க முடியாது என்பது நெப்போலியனுக்குத் தெரியும். இங்கிலீஷ் கால்வாயிலிருந்து பிரிட்டிஷ் கப்பற்படையை அகற்ற வேண்டும் என்று விரும்பினான். ஸ்பெயின் கப்பற்படையுடன் பிரெஞ்சுக் கப்பற்படையும் இணைந்தால் இங்கிலீஷ் கால்வாயை தங்கள்கட்டுப்பாட்டில் கொண்டுவர முடியும். அதன்பிறகு பிரெஞ்சு ராணுவம் கால்வாயைக் கடந்து இங்கிலாந்துக்குள் நுழைய முடியும் என்று திட்டமிட்டான்.

ஆனால் ஆஸ்திரியாவும், ரஷ்யாவும் பிரான்ஸ் மீது படையெடுக்க தயாராகி வந்ததை அறிந்தான். அதைத் தொடர்ந்து ஐரோப்பா கண்டத்திற்குள் தனது கவனத்தை முழுமையாக பதிக்கத் திட்டமிட்டான்.

பிரான்ஸ் பேரரசாக மாறிய பின்னர் ரகசியமாக மிகப் பெரிய ராணுவம் உருவாக்கப்பட்டிருந்தது.

அந்த ராணுவத்தை ஜெர்மனிக்குள் அணிவகுக்கும்படி உத்தரவிட்டான் நெப்போலியன்.

1805ம் ஆண்டு அக்டோபர் 20ம்தேதி பிரெஞ்சு ராணுவம் உல்ம் என்ற இடத்தில் ஆஸ்திரியர்களை அதிர்ச்சியடையச் செய்தது. அடுத்தநாள் ட்ரஃபால்கர் போர்க்களத்தில் ஆஸ்திரிய கப்பல் படை

தோற்கடிக் கப்பட்டது. கடல் எல்லையில் ஆஸ்திரியா தனது கட்டுப் பாட்டை முற்றிலுமாக இழந்தது.

அடுத்த சில வாரங்களில் ஆஸ்டர்லிட்ஸ் என்ற இடத்தில் ஆஸ்திரியா, ரஷ்யா ஆகிய நாடுகளின் கூட்டுப் படையை தோற்கடித்தான் நெப்போலியன்.

நெப்போலியன் பேரரசராக முடி சூட்டிக்கொண்ட டிசம்பர் 2ம் தேதி இந்த வெற்றி கிடைத்தது. முடி சூட்டிக் கொண்ட முதலாம் ஆண்டு நிறைவு நாளன்று இந்த மகத்தான வெற்றி தனக்கு கிடைத்ததை பெருமையாகக் கருதினான் நெப்போலியன்.

ஆஸ்திரியாவை வெற்றி கொண்ட நெப்போலியனுக்கு இன்னொரு அதிர்ச்சி காத்திருந்தது. ட்ரஃபால்கர் போர்க்களத்தில் பிரான்ஸ் கப்பல் படையை முற்றாக அழித்தான் நெல்சன். ஆனால், அந்த போர்க்களத்தில் நெல்சன் உயிரிழந்தான்.

பிரிட்டனின் மாபெரும் கப்பல் படை தளபதி உயிரிழந்தாலும் பிரிட்டிஷ் கப்பல்படையின்
பலத்துக்கு ஈடாக பிரான்ஸ் எப்போதுமே வளரவில்லை.

நெப்போலியனின் ஆஸ்திரிய வெற்றியைத் தொடர்ந்து அவனைத் தோற்கடிக்க இன்னொரு கூட்டணி அமைக்கப்பட்டது.

அந்தக் கூட்டணியையும் அடித்து நொறுக்கும் நடவடிக்கையில் இறங்கினான். 1806ம் ஆண்டு அக்டோபர்மாதம் 16ம்தேதி பிரஷ்யா முழுவதும் பிரெஞ்சு ராணுவம் அணிவகுத்தது.

ஸ்பெயினை தோற்கடித்த பின்னர் சரணடைந்த மன்னர்

ஜெனா-ஆரெஸ்டெட் என்ற இடத்தில் நடைபெற்ற போர்க்களத்தில் பிரெஷ்யாவை தோற்கடித்தான். ரஷ்ய ராணுவம், பிரெஞ்சு ராணுவத்தை எதிர்ப்பதற்காக போலந்து வழியாக முன்னேறி வந்து கொண்டிருந்தது.

நெப்போலியன் ரஷ்ய ராணுவத்தை எய்லா போர்க்களத்தில்

நேருக்கு நேர் சந்தித்தான். ரத்தம் ஆறாகப் பெருக்கெடுத்து ஓடிய அந்தப் போர்க் களத்தில், 1807ம் ஆண்டு பிப்ரவரி மாதம் 6ம் தேதி வெற்றி பெற்றான். அடுத்து ஃப்ரீடுலாண்டில் அவனுக்குக் கிடைத்த வெற்றியை தொடர்ந்து கிழக்குப் பிரஷ்யாவில் உள்ள டில்சில்ட் என்ற நகரில் ஒரு உடன்படிக்கை கையெழுத்தானது.

ரஷ்யாவின் முதலாம் அலெக்சாண்டர் மன்னருக்கும் நெப்போலியனுக்கும் இடையில் ஏற்படுத்தப்பட்ட அந்த உடன்படிக்கை ஐரோப்பாவை இரண்டு கூறுகளாக பிரித்து பங்கு போட்டுக்கொள்ள வகை செய்தது.

ஜெர்மன் பிரதேசத்தில் தனது ஊதுகுழல் அரசுகளை அமைத்தான் நெப்போலியன். வெஸ்ட்பாலியா என்ற பெயரில் உருவாக்கப்பட்ட புதிய முடியரசுக்கு தனது தம்பி ஜெரோமை மன்னராக நியமித்தான்.

போலந்தில் பிரான்சுக்கு சொந்தமான பகுதியை வார்ஸா முடியாட்சியாக நிறுவினான். அதற்கு முதலாம் பெடரடிரிக் அகஸ்டசை மன்னராக நியமித்தான்.

1809ம் ஆண்டு முதல் 13ம் ஆண்டு வரை பெர்க்ஸ்பர்க் அரசுக்கு தனது தம்பி லூயிஸின் பாதுகாவலனாக செயல்பட்டான் நெப்போலியன்.

அடுத்தடுத்து போர்க்களங்களை சந்தித்தாலும் பிரிட்டனை ஒடுக்குவதற்கு பொருளாதாரத் தடைகளையும் ஏற்படுத்தினான்.

ஐரோப்பாவில் உள்ள அரசுகள் அனைத்தும் பிரிட்டனுடன் எந்தவிதமான வர்த்தகத்திலும் ஈடுபடக்கூடாது என்று உத்தரவிட்டான். அவனுடைய இந்த நடவடிக்கை பிரிட்டனை கடுமையாக பாதித்தது. அதேசமயம் பிரெஞ்சுப் பொருளாதாரத்தையும் அது வெகுவாக பாதித்தது. எனவே நெப்போலியன் நினைத்தபடி எதிரிக்கு பெரிய அடி ஒன்றும் விழுந்து விடவில்லை.

ஐரோப்பா முழுமைக்குமான ஒரே பொது நடைமுறைகளை வகுக்க நெப்போலியன் விரும்பினான். இதை அமல்படுத்து வதற்காக போர்ச்சுக்கல் மீது படையெடுக்க ஸ்பெயினின் ஆதரவை கோரினான்.

அதற்கு ஸ்பெயின் மறுத்துவிட்டது. உடனே அந்த நாட்டின் மீது படையெடுத்தான். ஸ்பெயினின் நாலாம் சார்லஸ் மன்னரை அகற்றிவிட்டு தனது அண்ணன் ஜோசப்பை அரசனாக நியமித்தான்.

ஜோசப் மன்னராகப் பொறுப்பேற்றிருந்த நேபிள்ஸ் நாட்டுக்கு, தனது மைத்துனன் முரத்தை மன்னராக நியமித்தான்.

நெப்போலியனின் இந்த நடவடிக்கை ஸ்பெயின் நாட்டு மக்கள் மற்றும் ராணுவத்திடமிருந்து கடும் எதிர்ப்பை உருவாக்கியது. உடனே ஸ்பெயினிலிருந்து பிரெஞ்சு ராணுவம் வெளியேறத் தொடங்கியது. ஆனால் இடையிலேயே நெப்போலியன் விரைந்து சென்று பிரெஞ்சு ராணுவத்திற்கு தலைமைப் பொறுப்பேற்றான். ஸ்பெயின் ராணுவம் தோற்கடிக்கப்பட்டது. ஸ்பெயின் தலைநகரம் மாட்ரிட்டை கைப்பற்றியது. ஸ்பெயினுக்கு ஆதரவாக வந்த பிரிட்டிஷ் ராணுவமும் கடற்கரைக்கு விரட்டப்பட்டது.

அதேசமயம் ஸ்பெயின் மக்களை முழுமையாக சமாதானப்படுத்துவதற்கும், ஆஸ்திரியா மீண்டும் நெப்போலியனை மிரட்டியது. உடனே நெப்போலியன் பிரான்சுக்கு திரும்ப வேண்டியதாயிற்று.

(தனது அருமையான, வீரஞ்செறிந்த லட்சக்கணக்கான வீரர்களை ஸ்பெயின் கொரில்லாக்கள் மற்றும் பிரிட்டிஷ் படைகளுக்கு எதிராக போரிடும்படி விட்டுவிட்டு நாடு திரும்பியிருந்தான்.

ஸ்பெயின் மற்றும் போர்ச்சுக்கல் மீதான தீபகற்ப போர் பிரான்சுக்கு மிகுந்த பொருட் செலவை ஏற்படுத்தியது. ஐபீரியா மீதான பிரான்ஸ் நாட்டின் கட்டுப்பாடு 1812ல் தளரத் தொடங்கியது.

ஜோசப் தனது மன்னர் பதவியை பறி கொடுத்த பின்னர் ஸ்பெயினிலிருந்து 1814ம் ஆண்டு பிரெஞ்சு ராணுவம் முற்றிலும் வெளியேறியது.)

விவாகரத்தும் திருமணமும்

ஆஸ்திரியாவின் அச்சுறுத்தல் நெப்போலியனை ஆவேசம் கொள்ளச் செய்தது.

"ஆஸ்திரியா அடிவாங்க விரும்புகிறது. சரிதான்! நாம் அது விரும்புவதை கொடுப்போம். பேரரசர் பிரான்சிஸ் விரைவில் நகர முடியாமல் ஒரே இடத்தில் முடங்கும்படி செய்வோம்."

பாரீசுக்கு திரும்பிய அவன் ஆஸ்திரியாவை தாக்குவதற்கு விரிவான திட்டங்களை வகுக்கத் தொடங்கினான்.

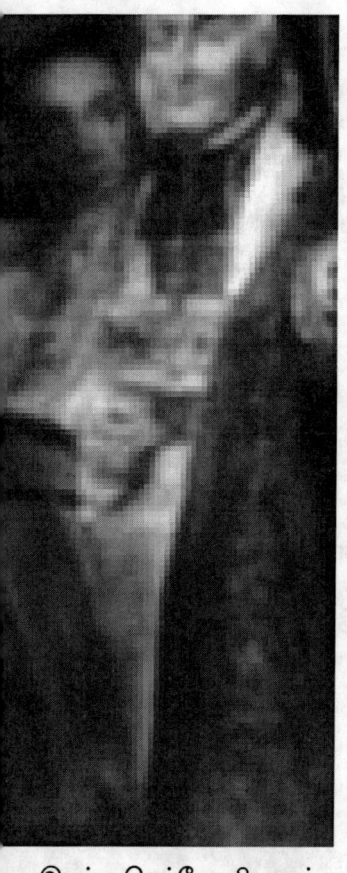

ஸ்பெயினிலிருந்து நெப்போலியன் திரும்பிவிட்டான் என்பதை அறிந்தவுடன் ஆஸ்திரியா எச்சரிக்கை அடைந்தது. தனுபே நதிக்கரை மற்றும் ஜெர்மன் எல்லைகளை நோக்கி ஆஸ்திரியாவின் படை அணிவகுக்கத் தொடங்கியது.

தொடக்கத்தில் நெப்போலியன் தாமதித்ததால் ஆஸ்திரியப் படை ஜெர்மனிக்குள் தனுபே நதியைக் கடந்துவிட்டது. அதைத் தொடர்ந்து பிரெஞ்சு ராணுவம் சிரமங்களை சந்திக்க வேண்டியதாயிற்று.

1809ம் ஆண்டு மே மாதம் 21 மற்றும் 22ம் தேதிகளில் வியன்னா அருகேயுள்ள ஆஸ்பென் - எஸ்லிங் எனும் இடத்தில் பிரெஞ்சு ராணுவம் தோல்வியைத் தழுவியது. அதைத் தொடர்ந்து லோபவ் தீவிலிருந்து தனது படையை திரும்பும் படி உத்தரவிட்டான் நெப்போலியன். அப்போது அவனுடைய நீண்டகால நெருங்கிய தளபதியான லேன்னஸ் கொல்லப்பட்டான். அவனுடைய இழப்பு நெப்போலியனுக்கு துயரத்தை ஏற்படுத்தியது. ஒரு காலை மட்டும் இழந்த அந்தத் தளபதி ஒன்பது நாள் கழித்து இறந்து விட்டான்.

பிரெஞ்சு வீரர்கள் அனைவரும் அஞ்சலி செலுத்தினர். நெப்போலியன் வாய்விட்டு அழுதான்.

"எனது நம்பிக்கைக்குரிய 16 ஆண்டு கால துணையை இழந்துவிட்டேன். எனது மிகச்சிறந்த நண்பனை இழந்துவிட்டேன்" என்று லேன்னஸின் மனைவிக்கு கடிதம் எழுதினான் நெப்போலியன்.

சில நாட்கள் மட்டுமே ஆஸ்திரியா இந்த வெற்றியின் ருசியை சுவைக்க முடிந்தது. தனது நண்பனை பறிகொடுத்த வெறியிலிருந்த நெப்போலியன், தனது ராணுவத்தை மிகத் திறமையாக ஒருங்கிணைத்து விட்டான்.

பிரான்சிடம் ஒரு லட்சத்து 73 ஆயிரம் வீரர்கள் இருந்தனர். ஆஸ்திரியாவிடம் ஒரு லட்சத்து 55 வீரர்கள் இருந்தனர். மழை சவட்டி எடுத்துக் கொண்டிருந்தது. இடி, மின்னலுக்கு மத்தியில் எதைப்பற்றியும் கவலைப்படாமல் பிரெஞ்சு ராணுவம் ஆஸ்திரியாவுக்குள் நுழைந்தது. 2 நாட்கள் ஓய்வில்லாத சண்டை. பிரெஞ்சு வீரர்கள் 32 ஆயிரத்து 500 பேர் உயிரிழந்தனர். ஆஸ்திரிய வீரர்கள் 37 ஆயிரத்து 146 பேர் உயிரிழந்தனர்.

"எதிரியை விரட்டியடித்து விட்டோம்" என்று எக்காளமிட்டான் நெப்போலியன்.

இந்தத் தோல்வியைத் தொடர்ந்து ஜூலை மாதம் 6ம் தேதி வாக்ரம் என்ற இடத்திலும் ஆஸ்திரியப் படை பிரெஞ்சு படையிடம் தோல்வியைச் சந்தித்தது. அந்த இடத்தில் ஆஸ்திரியாவுக்கும் பிரான்சுக்கும் இடையே புதிய அமைதி உடன்படிக்கை கையெழுத்தானது.

அந்தச் சமயத்தில் நெப்போலியன் ஜோசபினை விவாகரத்து செய்யும் முடிவுக்கு சென்றுவிட்டான். ஜோசபின் பிரான்ஸ் பேரரசின் மகாராணியாக வலம் வந்தாலும், தனக்கு ஒரு வாரிசை பெற்றுத் தர முடியவில்லை என்பதே அவளை விவாகரத்து செய்ய காரணமாக அமைந்து விட்டது.

ஜோசபின் அழுதாள், கெஞ்சினாள். ஆனால் நெப்போலியன் எதற்கும் பிடி கொடுக்கவில்லை. தனது சாம்ராஜ்யத்தை ஆளுவதற்கு சட்டப்பூர்வமான வாரிசு வேண்டும் என்பதில் அவன் உறுதியாக இருந்தான்.

1809ம் ஆண்டு இறுதியில் இருவரும் விவாகரத்து பெற்றுக் கொண்டனர். அதன்பிறகு ஜோசபின் தனது நடவடிக்கைகள் அனைத்தையும் மாற்றிக் கொண்டாள்.

மிகவும் அமைதியான வாழ்க்கைக்கு திரும்பி விட்டாள். வேறு

தோல்வியும் சமாதானமும் ஆஸ்திரியாவுக்கு சகஜம்

யாருடனும் அவள் உறவு வைத்துக் கொள்ளவில்லை.

ஆஸ்திரியாவுடன் உடன்படிக்கை செய்து கொண்ட நெப்போலியன், அவருடைய மகள் மேரி லூயிசை மணம் முடித்துத் தரும்படி தூதரை அனுப்பி கேட்டான். இருநாடுகளுக்கும் இடையிலான உறவு சுமூகமாக நீடிப்பதற்கு இந்த உறவு உதவும் என்று ஆஸ்திரியாவின் உயரதிகாரிகளும் யோசனை தெரிவித்தனர்.

இது மேரி லூயிஸுக்கு தெரியவந்தது. உடனே, அவள்

அச்சத்தில் உறைந்தாள்.

அவளது அச்சத்திற்கு காரணம் இருந்தது. அவளுடைய பெரியம்மா மேரி அன்டோனெய்ட்டி பிரான்ஸ் புரட்சியின் போது கில்லட்டினில் வைத்து கொல்லப்பட்டது அவள் நினைவில் வந்தது. ஆம். பதினாறாம் லூயி மன்னர் கொல்லப்பட்ட பிறகு அவருடைய மனைவி மேரியையும் கில்லட்டினில் வைத்து கொன்ற சம்பவம் அவளை நடுங்கச் செய்தது.

பிரான்ஸ் என்றாலே கொடூரமான சித்திரவதை என்று அவளது மனதில் பதிந்துவிட்டது.

தவிர, நெப்போலியன் தன்னைவிட வயதில் மூத்தவன். எப்போதும் போரில் ஈடுபட்டுக் கொண்டிருப்பவன் என்று நினைத்தாள்.

ஆம். அப்போது நெப்போலியனுக்கு 41 வயது. மேரி லூயிஸுக்கு 19 வயது.

எனினும், அவளைக் கேட்காமலேயே திருமணம் ஒப்புக் கொள்ளப்பட்டது. அதன்பிறகு, அவள் மறுப்புச் சொல்லவில்லை.

பாரீஸ் வந்தவுடன் திருமணத்திற்கு முறைப்படியான மதச்சடங்குகள் செய்யப்பட வேண்டும். அதற்கான ஏற்பாடுகள் நடைபெற்றுக் கொண்டிருந்தன.

ஆனால், மேரி லூயிஸைப் பார்த்தவுடன் நெப்போலியன் அவளை தனது படுக்கையறைக்கு அள்ளிச் சென்றுவிட்டான்.

முரட்டுத்தனமான அவனது பிடியில் அவள் கசங்கினாள்.

அந்த நிகழச்சியைப் பற்றி நெப்போலியன் இப்படிக் குறித்து வைத்திருந்தான்...

"எல்லாம் முடிந்தபிறகு அவள் சொன்ன ஒரே வார்த்தை... வா, இன்னொரு முறை என்பதுதான்!"

நிஜம்தான். அதன்பிறகு நெப்போலியனுடன் அவள் இணக்கமாகவே இருந்தாள். தனது தந்தைக்கு எழுதிய கடிதத்தில்,

"அவர் என்னை மிகவும் நேசிக்கிறார். அவருடைய காதலுக்கு நானும் உண்மையானவளாய் இருக்கிறேன். மிகவும் ஒட்டுதலானவாராகவும் ஆர்வத்தை தூண்டக்கூடியவராகவும் அவர் இருக்கிறார். அவரை தடுக்க முடியவில்லை" என்று எழுதியிருந்தாள்.

ஆஸ்திரிய மன்னர் அவளுக்காக இத்தாலியில் தனக்குச் சொந்தமான பல பிரதேசங்களை விட்டுக் கொடுத்தார்.

நெப்போலியனின் வாரிசுடன் மனைவி மேரி லூயிஸ்

நெப்போலியன் தனது மனைவியுடனேயே காணப்படுகிறார். மனைவியின் விருப்பப்படியே எல்லாவற்றையும் செய்கிறார் என்று ஆஸ்திரிய பேரரசருக்கு அந்த நாட்டின் தூதர் எழுதியிருந்தார்.

1811 ஆம் ஆண்டு மேரி லூயிஸுக்கு ஆண்குழந்தை பிறந்தது. குழந்தைக்கு பிரான்காய்ஸ் என்று பெயரிட்ட நெப்போலியன், அதற்கு "இத்தாலியின் மன்னர்" என்று பட்டத்தையும் வழங்கினான்.

(குழந்தை பிறந்து இரண்டு ஆண்டுகள் கழித்து, தனது முன்னாள் மனைவி ஜோஸபினை அழைத்துச் சென்று காட்டினான். அப்போது, மேரி லூயிஸிடம் கண்ணீர் வடித்தாள் ஜோஸபின்)

ஐரோப்பா முழுவதையும் கட்டி ஆண்டான் நெப்போலியன். அனைத்து நாடுகளும் பிரிட்டனுடன் வர்த்தகம் செய்ய தடை விதிக்கப்பட்டிருந்தது. இந்த கட்டுப்பாட்டை ரஷ்யாவும் ஏற்றுக் கொண்டிருந்தது. தனது ஆளுகைக்கு உட்பட்டிருந்த ஐரோப்பிய நாடுகள் ஒவ்வொன்றும் ஒவ்வொரு விதமான சட்டங்களை அமுல்படுத்தி வந்தன. இது நிர்வாகத்தில் சிக்கலை ஏற்படுத்தியது.

எனவே, எல்லா நாடுகளுக்கும் பொதுவான சட்ட விதிகளை அமல்படுத்தினான். அதுமட்டுமின்றி வர்த்தகத்திற்கு வசதியாக மெட்ரிக் அளவு முறையையும் அறிமுகப்படுத்தினான்.

எல்லாம் நன்றாகத்தான் போய்க் கொண்டிருந்தது.

ரஷ்யாவில் தொடங்கியது புகைச்சல்.

ஐரோப்பா அமைதியாக இருக்கிறது. ஒரே மனிதனின் அதிகாரத்திற்கு பரந்த சாம்ராஜ்யம் கட்டுப்பட்டுக் கிடக்கிறது. அவனுடைய வார்த்தைக்கு மிகப்பரந்த தேசமான நாமும் அடிபணிந்து கிடப்பது சரியல்ல. பிரிட்டனுடனான நமது நீண்டகால உறவையே அவன் கெடுத்துவிட்டான். வர்த்தகம் பாதிக்கப்பட்டு கிடக்கிறது. பிரான்ஸுடனான உடன்பாட்டை ரத்துசெய்ய வேண்டும்

ரஷ்ய அமைச்சரவை ஜார் முதலாம் அலெக்ஸாண்டரை வற்புறுத்தியது. மன்னருக்கு வழி தெரியவில்லை. அவருடன் கூட்டணி சேர்ந்திருந்த ஆஸ்திரியாவும் இப்போது அடங்கிவிட்டது. பிரான்சுடன் மோதினால் யார் நம்மை ஆதரிப்பார்?

முதலாம் அலெக்ஸாண்டருக்கு குழப்பமாக இருந்தது.

பிரான்சுடன் நாம் உறவை முறிப்போம். அப்போதுதான், மற்ற ஐரோப்பிய நாடுகள் கலகத்தில் ஈடுபட வாய்ப்பு ஏற்படும் என்று மன்னருக்கு ஆலோசனை வழங்கப்பட்டது.

குழந்தை பிறந்திருந்த சந்தோஷத்தில் இருந்த நெப்போலியனுக்கு இந்த தகவல் தெரியவந்தது. அவன் கடுப்பாகி கொதித்தான்.

ஜார் மன்னர் தனது முதுகில் குத்திவிட்டதாக உணர்ந்தான். தனது பரம வைரியான இங்கிலாந்தை ஒடுக்கி ஓரத்தில் தூக்கிப் போடும் சந்தர்ப்பம் நெருங்கிவரும் நிலையில் ரஷ்யாவின் திடீர் மாற்றம் அவனுக்கு ஆத்திரத்தை ஏற்படுத்தியது.

ரஷ்யாவுடன் சமாதானப் பேச்சுகளுக்கு உத்தரவிட்டான். ஆனால், அத்தனை முயற்சிகளும் தோற்றன. வெறுப்பின் உச்சகட்டத்திற்கே போய்விட்டான் நெப்போலியன்.

பிரான்சுக்கான ரஷ்ய தூதர் கவ்ராகினிடம் போனான் நெப்போலியன்.

"இதற்கெல்லாம் என்ன அர்த்தம்? என்னிடம் ரஷ்யா என்ன எதிர்பார்க்கிறது? யுத்தத்தை தொடங்குவது எளிது...ஆனால், முடிப்பது மிகவும் கடினம் என்பது உங்களுக்குத் தெரியாதா?"

வெடித்தான் நெப்போலியன்.

படையை விரிவுபடுத்த உத்தரவிட்டான்.

இத்தாலி, போலந்து, ஜெர்மனி, பிரான்ஸ் என அனைத்து நாடுகளில் இருந்தும் வீரர்கள் திரட்டப்பட்டனர்.

6 லட்சம் பேர். மிகப் பிரமாண்டமான படை தயாராகிவிட்டது. இத்தகைய படை திரட்டப்பட்டது வரலாற்றில் இதுவே முதல் முறை. தனது பலத்தை வெளிப்படுத்த நெப்போலியன் தயாராகி விட்டான். படையெடுப்பைத் தொடங்கினால் 20 நாட்களில் ரஷ்யாவை வீழ்த்திவிடலாம் என்று நினைத்தான்.

"அலெக்ஸாண்டரை எனக்கு தெரியும். ஏற்கெனவே நான் அவரைச் சந்தித்திருக்கிறேன். இப்போது மீண்டும் என்னைச் சந்திக்க விரும்புகிறார். நல்லது. இங்கிலாந்து மீதான எனது வெறுப்பே ரஷ்யாவை நசுக்கிவிடும்"

தனது படைத்தளபதிகளிடம் கூறினான் நெப்போலியன். அவர்களுக்கு தங்கள் தலைவரை நினைத்தால் பெருமையாகத்தான் இருந்தது. தங்கள் மனதில் பட்டதையும் கூறிவிடலாமே என்று நினைத்தனர்.

தோல்வி முகம்

"பேரரசர் அவர்களே, ரஷ்யா மீது படையெடுப்பதற்கு பதில், அவர்கள் தாக்குதல் நடத்த வந்தால் எதிர்த்தாக்குதல் நடத்தலாமே..."

தயங்கியபடியே சொன்னார்கள் தளபதிகள்.

"என்ன சொல்கிறீர்கள்? முதலும் முடிவுமாக ரஷ்யாவின் கொட்டத்தை ஒடுக்குவதுதான் நல்லது. இல்லையென்றால் நமக்கு தலைவலியை ஏற்படுத்திக் கொண்டே இருப்பார்கள்"

கொந்தளித்தான் நெப்போலியன்.

"அப்படியானால், குளிர்காலம் முடிந்தவுடன் படையெடுப்பைத் தொடங்கலாமே..."

"தளபதிகளே... நன்றாக கேளுங்கள். நாம் அணிவகுக்கத் தொடங்கினால் 20 நாட்கள்தான். மாஸ்கோ நமது காலடியில் கிடக்கும். இதைமட்டும் நினைவில் வைத்துக் கொண்டு புறப்படத்

தயாராகுங்கள்"

பேரரசர் முடிவு செய்துவிட்டார். இனி மாற்று யோசனையே இல்லை. புறப்பட வேண்டியதுதான். படைவீரர்களை உற்சாகப்படுத்தத் தொடங்கினர் தளபதிகள்.

இருந்தாலும், கடைசி முயற்சியாக ஜார் மன்னருக்கு அமைதித் தூது அனுப்பினான் நெப்போலியன். அதற்கு, ஜார் மன்னரிடம் இருந்து பதிலே வரவில்லை.

1812 ஆம் ஆண்டு ஜூன் மாதம் 24 ஆம் தேதி.

"புறப்படுங்கள்"

உத்தரவிட்டான் நெப்போலியன்.

ரஷ்யாவின் கட்டுப்பாட்டில் இருந்த போலந்து பிரதேசத்திற்குள் நுழைந்தது பிரான்ஸ் படை.

அலை அலையாய் மிக நீளமான அணிவகுப்பு அது. பார்த்தாலே மிரட்சியை ஏற்படுத்தும் துடிப்புடன் அந்த அணிவகுப்பு தடையே இல்லாமல் முன்னேறியது.

விரைவிலேயே ரஷ்யாவின் பிரதேசத்திற்குள் நுழைந்தது. ரஷ்ய படையின் தலைமைத் தளபதி பார்க்லே, பிரான்ஸ் படையை எதிர்த்து சண்டையிடவே இல்லை. பல இடங்களில் பிரான்ஸ் படையை தடுத்து நிறுத்த அவர் தனது படைகளை தயார் செய்வார். ஆனால், அவர் தயாராவதற்குள் பிரான்ஸ் படை முன்னேறிவிடும்.

ஒரு இடத்தில் பிரான்ஸ் படை முன்னேறினால் போதும். அது கடந்து வந்த பாதையில் உள்ள வயல்வெளிகளை ரஷ்ய விவசாயிகள் தீ வைத்துக் கொளுத்தி விடுவார்கள். இந்தத் தந்திரத்தை நெப்போலியன் புரிந்துகொள்ளவில்லை.

இதுவே பின்னர் அவனுக்கு மிகப்பெரும் இழப்பை ஏற்படுத்தியது.

பிரான்ஸ் படை, ரஷ்ய படையைக் காட்டிலும் இருமடங்கு பெரியது. நிலப்பரப்பும் பெரியது. எந்த இடத்திலும் பிரெஞ்சுப் படை எதிர்ப்பை சந்திக்கவில்லை. ரஷ்யப் படை பின்வாங்கியபடியே சென்றது. ஆனால், ரஷ்யாவுக்குள் நுழைய நுழைய நெப்போலியனின் ராணுவம் வலுவிழந்து வந்ததையும் அவன் கவனிக்கவில்லை.

மாஸ்கோவை 20 நாட்களில் பிடித்துவிடலாம் என்று அவன் திட்டமிட்டதும் நிறைவேறவில்லை. பிரெஞ்சுப் படையை எதிர்த்து சண்டையிட தவறியதால், தலைமைத் தளபதி பார்க்லேவுக்கு

எதிராக புகார்கள் எழுந்தன. அதைத் தொடர்ந்து அவர் பதவி நீக்கப்பட்டார்.

அவருக்குப் பதிலாக மிகைல் இளாரியோனோவிச் குதுஸோவ் என்பவர் தலைமைத் தளபதியாக நியமிக்கப்பட்டார்.

ஆனால், பர்க்லேவின் தந்திரத்தால் நெப்போலியனின் ராணுவத்தில் 1 லட்சத்து 50 ஆயிரம் பேர் குறைந்தனர்.

ஆம். நெப்போலியனின் ராணுவத்தில் இடம்பெற்றிருந்த வீரர்கள் அனைவரும் பிரான்ஸ் நாட்டவர்கள் அல்ல. பிரான்சுடன் கூட்டணி வைத்திருப்பதால் தங்களுடைய மன்னர்கள் உத்தரவின் பேரில் கடமைக்கு பங்கேற்றவர்கள்தான் நிறையப் பேர்.

அவர்கள் வெகுநாட்கள் பயணம் செய்ததால் களைப்படைந்தார்கள். கடும் வெயில் காய்ச்சி எடுத்துக் கொண்டிருந்தது. சோர்வும் நோயும் தினமும் ஏராளமானோரை பின்தங்க வைத்தது. அல்லது இடையிலேயே நின்றுவிடச் செய்தது.

ஆகஸ்ட் மாதம் 16 முதல் 18 ஆம் தேதிவரை ஸ்மோலன்ஸ்க் என்ற இடத்தில் கடுமையான சண்டை நடைபெற்றது. அதைத் தொடர்ந்து செப்டம்பர் 7 ஆம் தேதி போரோடினோ என்ற இடத்தில் இருதரப்புக்கும் இடையே முதல் போர்க்களம் அமைந்தது.

நெப்போலின் சண்டையிட்ட போர்க்களங்களில், ஒரே நாளில் ஏராளமானோர் பலியான போர்க்களம் இதுதான்.

ரஷ்ய வீரர்கள் மாஸ்கோவைக் காப்பாற்றுவதற்காக இந்தப் போர்க்களத்தில் உயிரைத் துச்சமென மதித்து சண்டையிட்டார்கள். அவர்கள் வெள்ளை நிற உள்ளாடைகளை அணிந்து வந்து வெறித்தனமாக மோதி உயிரிழந்தனர்.

ரத்தம் வாய்க்கால்களை ஏற்படுத்தி ஓடிக்கொண்டிருந்தது. காலை 6.30 மணிக்கு தொடங்கிய யுத்தம் பிற்பகல் 3 மணிக்கெல்லாம் முடிந்துவிட்டது. இதற்குள் ரஷ்ய ராணுவம் தனது பலத்தில் பாதியை இழந்துவிட்டது.

வேறு வழியே இல்லை. மாஸ்கோவுக்குச் செல்லும் வழியை திறந்துவிட நேர்ந்தது.

இப்போது, நெப்போலியனின் கருணைப் பார்வைக்காக காத்திருந்தது மாஸ்கோ.

ஆனால், எதிர்பாராத விதமாக ரஷ்யாவின் தலைமைத் தளபதி குதுஸோவ் ஒரு உத்தரவைப் பிறப்பித்தார். மாஸ்கோவிலிருந்து மக்கள் அனைவரும் வெளியேறும்படி அவர் உத்தரவிட்டார்.

1812ன் தொடக்கத்தில் நகரின் மொத்த மக்கள் தொகை 2 லட்சத்து 70 ஆயிரமாக இருந்தது. குதுஸோவ் உத்தரவுக்குப் பிறகு அந்த நகரில் மூன்றில் ஒரு பங்கினர் மட்டுமே இருந்தனர். வெளிநாட்டு வியாபாரிகள், வேலையாட்கள், வெளியேற விருப்பமில்லாதவர்கள்தான் மிச்சமிருந்தனர்.

நெப்போலியன் தனது படையுடன் உள்ளே நுழைந்தபோது, நகரம் வெறிச்சோடிக் கிடந்தது. உணவுப் பொருட்கள் எதுவுமே இல்லை. துடைத்துப் போட்டாற்போல காலியாக இருந்தது.

ஜார் மன்னர் தன்னைச் சந்திக்க வேண்டும் என்று உத்தரவிட்டான் நெப்போலியன். ஆனால், மாஸ்கோவில் நுழைந்தபோது, ரஷ்ய பிரதிநிதிகள் யாரும் நெப்போலியனை சந்திக்க வரவில்லை. ஒரு நகரை வெற்றிகொண்டால் அந்த நகரின் மக்களைப் பாதுகாப்பதற்காக, நகர அலுவலகங்கள் மற்றும் கருவூலங்களின் சாவிகளை வெற்றி பெற்ற தளபதியின் கைகளில் ஒப்படைப்பார்கள்.

இங்கே அதுபோல யாரும் இல்லை. நகரைக் கைப்பற்றியதற்கான ஒப்புதலை அளிப்பதற்குக் கூட யாரும் இல்லை. இதையடுத்து நிபந்தனையில்லாமல் நகரை தங்களிடம் ஒப்படைத்துச் சென்றிருப்பதாக நெப்போலியன் புரிந்துகொண்டான்.

மாஸ்கோவைப் போன்ற புராதன நகரை முறைப்படி கைப்பற்ற வேண்டும் என்று நினைத்திருந்த நெப்போலியனின் ஆசை நிறைவேறவில்லை. நகரில் தனது வீரர்களுக்குத் தேவையான உணவுப் பொருட்கள் கூட கிடைக்கவில்லை.

ஆத்திரமடைந்த நெப்போலியன் மாஸ்கோவை தீ வைத்து

கொழுந்து விட்டெரியும் மாஸ்கோ

அழிக்கும்படி உத்தரவிட்டான். அந்தச் சமயத்தில் பெரும்பாலான கட்டிடங்கள் மரத்தால் ஆனவையாக இருந்தன. எனவே, மாஸ்கோ எளிதில் தீப்பற்றியது.

மலைபோல் தீ ஜுவாலைகள் வானளாவ உயர்ந்தன. சாம்பலான நகரில் இனியும் காத்திருப்பது வீண் என்பதால் ராணுவத்தை கிளப்பினான் நெப்போலியன்.

குளிர்காலம் உச்சத்தில் இருந்தது. வந்த வழியே பிரெஞ்சுப் படை திரும்பிக் கொண்டிருந்தது. ஆனால், சோர்ந்துபோயிருந்த நெப்போலியனின் வீரர்கள் உணவின்றி மேலும் சோர்ந்து விழுந்தனர். வரும் வழிதோறும் தங்களுக்கோ குதிரைகளுக்கோ உணவு எதுவுமில்லை. பல இடங்களில் குதிரைகளைக் கொன்று அவற்றின் இறைச்சியை உணவாக உட்கொண்டனர்.

நோயால் பீடிக்கப்பட்டு ஆயிரக்கணக்கான வீரர்கள் மயங்கி விழுந்தனர். அவர்கள் அனைவரும் அப்படியே விட்டுவரப்பட்டனர். குதிரைகள் நடப்பதற்கே இயலாமல் சுணங்கி விழுந்தன. குதிரையில் ஏறி பயணம் செய்யவே முடியவில்லை.

விலையுயர்ந்த பீரங்கிகளை வழியிலேயே விட்டுவர நேர்ந்தது. ஆயிரக்கணக்கான ராணுவ வாகனங்களை இழுத்துவர குதிரைகள் இல்லாததால் ரஷ்யாவிலேயே விட்டு வந்தனர்.

1812 ஆம் ஆண்டு டிசம்பர் மாதம் பிரான்சில் ஆட்சியைக் கைப்பற்ற தளபதி மாலெட் முயற்சி செய்வதாக கேள்விப்பட்டான் நெப்போலியன். உடனே, ராணுவத்தை வழிநடத்தும் பொறுப்பை தனது மைத்துனன் முரத்திடம் ஒப்படைத்துவிட்டு பிரான்சுக்கு திரும்பினான் நெப்போலியன்.

ஆனால், அவனும் நேபிள்ஸில் தனது ஆட்சியைத் தக்கவைத்துக் கொள்வதற்காக, ஜோஸபினின் மகனும் நெப்போலியனின் வளர்ப்பு மகனுமான யூஜெனேவிடம் பொறுப்பை ஒப்படைத்துவிட்டுத் திரும்பினான்.

6 லட்சம் வீரர்களுடன் ரஷ்யாவுக்குள் நுழைந்த பிரெஞ்சு

வீரர்களையும் குதிரைகளையும் இழந்து...

ராணுவம் இப்போது 22 ஆயிரமாக குறைந்துவிட்டது.

2 லட்சம் குதிரைகளையும் ஆயிரம் பீரங்கிகளையும் இழந்து திரும்பியது.

இதுதான் ரஷ்ய படையெடுப்பின் பலன். ரஷ்யாவை ஜெயித்தும் தோற்றதாகவே ஆகிப்போயிற்று பிரான்சின் நிலை.

முடிவின் தொடக்கம்

"இதுதான் நேரம்"

பிரிட்டன், ரஷ்யா, பிரஷ்யா, ஸ்வீடன் ஆகிய நாடுகள் இணைந்து முடிவெடுத்தன.

ரஷ்யாவில் தனது ராணுவத்தின் பெரும்பகுதியை இழந்துவிட்டான் நெப்போலியன். இந்தச் சமயத்தில் நாம் இணைந்து தாக்குதல் நடத்தினால், எளிதில் அவனை வீழ்த்தி விடலாம் என்று அவை திட்டமிட்டன.

"இது முடிவின் தொடக்கம்"

இப்படி கணித்தான், நெப்போலியனின் நண்பனும் பிரான்ஸ் அமைச்சருமான டேலிரெண்ட்.

நெப்போலியனுக்கு மகளைத் திருமணம் செய்து கொடுத்திருந்ததால், ஆஸ்திரியா மட்டுமே போரில் பங்கேற்க தயங்கியது.

"எனது சாம்ராஜ்யம் சரிகிறது. இதைத் தடுத்து நிறுத்த முடியாது"

நெப்போலியன் இப்படிச் சிந்தித்தான். ஆனால், இன்னொரு கடுமையான யுத்தம் நடத்தி அதில் வெற்றி பெற்றுவிட்டால், மீண்டும் தனது செல்வாக்கைத் தூக்கி நிறுத்திவிடலாம் என்ற முடிவுக்கு வந்தான்.

"வீரர்களே என் பின்னால் அணிவகுத்து வாருங்கள். பிரான்சுக்கு வெற்றியை ஈட்டித் தருகிறேன்"

நெப்போலியனின் இந்த வீரம் செறிந்த தன்னம்பிக்கையும் பிரான்ஸ் நாட்டவரின் தேசபக்தியும் மிகப்பெரிய பலனை தந்தது.

4 லட்சம் வீரர்கள் திரண்டனர்.

ஐரோப்பாவின் அனைத்து முனைகளிலும் எதிரிகள் அணிவகுத்தனர். இருதரப்பினருமே, ஆஸ்திரியாவை தங்கள் பக்கம்

இழுக்க முயற்சி மேற்கொண்டன.

ஆஸ்திரியாவின் தூதரை நெப்போலியன் வரவழைத்துப் பேசினான்.

"நாங்கள் நடுநிலைமை வகிக்கிறோம். ஆனால், எங்களிடமிருந்து நீங்கள் பெற்ற பிரதேசங்களை திரும்பத் தரவேண்டும்"

"இதென்ன பேச்சு? என்னை வெற்றி பெற்றால்தானே இது சாத்தியம்? ஆக, யுத்தத்தைத்தான் விரும்புகிறீர்கள். உங்களை தோற்கடித்துக் காட்டுவேன்"

"ஆனால், நான் உங்கள் ராணுவத்தைப் பார்க்கிறேன். அதில், சிறுவர்களும் முதியவர்களும் மட்டுமே இருக்கிறார்கள். நீங்கள் தோற்கப் போகிறீர்கள் சார். இது நிச்சயம்"

ஆத்திரத்துடன் தூதரை அனுப்பி வைத்தான் நெப்போலியன்.

"ஒரு ஆண்டுக்கு முன்புவரை ஐரோப்பா முழுவதும் எனக்குப் பின்னால் அணிவகுத்திருந்தது. இப்போது எனக்கு எதிராக நிற்கிறது"

நெப்போலியன் தனக்குள் சிரித்துக் கொண்டான்.

தனது மனைவியிடமும் குழந்தையிடமும் பேசினான். வெற்றி நமக்குத்தான் என்று உறுதியாக கூறிவிட்டு போர்க்களத்திற்கு புறப்பட்டான்.

எதிரிகள் ஒரு விஷயத்தில் உறுதியான முடிவெடுத்தார்கள்.

நெப்போலியன் தலைமை வகிக்கும் படைப்பிரிவை எதிர்த்து சண்டையிடுவதைத் தவிர்க்க வேண்டும். அவனுடைய தளபதிகள் தலைமை வகிக்கும் படைப்பிரிவுகளையே தாக்க வேண்டும்.

அவர்களுடைய திட்டம் பலித்தது.

பல இடங்களில் நெப்போலியனின் ராணுவம் தோல்வியை சந்தித்தது.

1813 ஆம் ஆண்டின் இறுதியில் லெய்ப்ஸிக் என்ற இடத்தில் நடைபெற்ற போரில் நெப்போலியனைச் சுற்றி வளைத்து கூட்டுப்படையினர் தாக்கினர். மூன்று நாட்கள் நடைபெற்ற அந்த யுத்தத்தில் எதிரிகள் இருவர் என்றால் நெப்போலியன் தரப்பில் ஒருவர் என்ற நிலைக்கு ராணுவத்தை சிதறடித்தனர்.

ஆனால், அக்டோபர் 30 ஆம் தேதி ஹனவ் என்ற இடத்தில் கூட்டுப்படைக்கு சரியான அடி கொடுத்தான் நெப்போலியன்.

எனினும், மொத்தத்தில் நெப்போலியனின் வெல்லற்கரிய சக்தி சரிந்து வந்தது. மற்ற இடங்கள் அனைத்திலும் பிரான்ஸ் படை பின்வாங்கிக் கொண்டிருந்தது.

நவம்பர் மாதம் 13 ஆம் தேதி ஹாலந்தை இழந்தான். டிசம்பர் 30 ஆம் தேதி ஸ்விட்சர்லாந்தை ஆஸ்திரியா கைப்பற்றியது. யுத்த அலைகள் நெப்போலியனுக்கு எதிராக புரண்டு வந்தன. 4 லட்சம் வீரர்களை இழந்தான். பிரான்சின் எல்லைகளுக்குள் கூட்டுப்படை ஊடுருவத் தயாராக இருந்தது.

1814ன் தொடக்கத்தில் பாரீஸ் வந்தான்.

“இனி செய்வதற்கு ஒன்றுமில்லை. ஆனால், சண்டையிட்டே தீர வேண்டும். நாளுக்கு நாள் நமது வாய்ப்பு சிறியதாகிக் கொண்டே வருகிறது”

நெப்போலியனின் முகத்தில் கவலைக் கோடுகள் ஒன்றுக்கொன்று பின்னிக் கொண்டிருந்தன.

தனது மனைவியிடமும் குழந்தையிடமும் விரக்தியுடன் சிரித்தபடி பேசினான் நெப்போலியன்.

“உனது தந்தையை ஜெயிக்க முடியும் என்றே இன்னமும் நம்புகிறேன்”

அடுத்த நாள் அவர்கள் இருவரையும் பத்திரமாக அனுப்பிவைத்தான்.

சொன்னது போலவே பிரியனே, சாம்பவ்பெர்ட், மோன்ட்ரிமிரைல், மோன்ட்டெரூ, ரெய்ம்ஸ் ஆகிய இடங்களில் நடைபெற்ற யுத்தங்களில் கூட்டுப்படையை தோற்கடித்தான் நெப்போலியன்.

ஆனால், எதிரிப் படையின் எண்ணிக்கை 3 லட்சத்து 50 ஆயிரம் பேர். அவர்களை எதிர்த்து வெறும் 85 ஆயிரம் பேரை வைத்து என்ன செய்ய முடியும்?

சண்டையிட வேண்டுமே என்பதற்காக அங்கும் இங்குமாக சண்டையிட்டுக் கொண்டிருந்தனர்.

சண்டைக்கு ஊடாக அவனுடைய மனைவி மேரி லூயிஸ் கடிதம் எழுதினாள். அதற்கு பிப்ரவரி 6 ஆம் தேதி நெப்போலியன் எழுதிய பதில் கடிதம் இது...

“மை டார்லிங், நீ 4 ஆம் தேதி எழுதிய கடிதத்தை இப்போதுதான் படித்தேன். நீ கவலைப்படுவதாக எழுதியிருப்பது எனக்கு வருத்தத்தை ஏற்படுத்துகிறது. சந்தோஷமாக இரு.

உற்சாகப்படுத்திக் கொள். எனது உடல்நிலை நன்றாக இருக்கிறது. ஆனால், அரசு விவகாரங்கள் அவ்வளவு நன்றாக இல்லை. கடவுள் உதவியோடு எல்லாவற்றையும் கடக்க முடியும் என்று நம்புகிறேன். எனது அன்பு அனைத்தையும் வழங்குகிறேன்"

என்று எழுதியிருந்தான்.

அடுத்து அவனுடைய மகனின் ஓவியம் அடங்கிய சிறிய பெட்டி ஒன்றை மேரி லூயிஸ் அனுப்பியிருந்தாள். அதைப் பெற்றுக் கொண்டு, நெப்போலியன் அனுப்பிய பதில் தோல்வியை எதிர்கொண்டிருந்த சமயத்திலும் அவனுடைய உறுதியை வெளிப்படுத்துவதாக இருந்தது...

"ரோம் அரசனாகிய நமது குழந்தை வழிபாட்டில் இருப்பது போன்ற உருவப்படம் அடங்கிய சிறிய பெட்டியை அனுப்பியிருக்கிறாய். அது அழகாக இருக்கிறது. அந்தப் படத்தில் "எனது தந்தையையும் பிரான்ஸையும் காப்பாற்றும்படி நான் பிரார்த்திக்கிறேன்" என்ற வாசகங்களை எழுதிவைக்கும்படி நான் விரும்புகிறேன். இந்தச் சிறிய படம் என்னை மிகவும் மகிழ்ச்சிப் படுத்தியது. இதை நான் அனைவரிடமும் காட்டியபடி இருக்கிறேன்...

"ரஷ்யர்கள், பிரஷ்யர்கள், ஆஸ்திரியர்கள் ஆகியோரிடமிருந்து கைப்பற்றிய 20 கொடிகளை உனக்கு நான் அனுப்பி இருக்கிறேன். நான் சுகமாக இருக்கிறேன். ரஷ்யா, ஆஸ்திரியா ஆகியவற்றின் பேரரசர்கள் பிரான்சுக்குள் இருக்கிறார்கள். எனது மகனுக்கு ஒரு முத்தம் கொடு. எனது முழுமையான காதலை சந்தேகப்படாதே"

என்று அந்தக் கடிதத்தில் எழுதியிருந்தான்.

மார்ச் மாதம் 31 ஆம் தேதி பாரீஸுக்குள் நுழைந்தது கூட்டுப்படை. சண்டையிட மாட்டோம் என்று நெப்போலியனின் தளபதிகள் மறுத்துவிட்டனர்.

வீரர்கள் சண்டையிட தயாராக இருந்தாலும் தளபதிகள் கலகத்தில் ஈடுபட்டனர். ஏப்ரல் மாதம் தனது மகனுக்காக பதவி விலகுவதாக எழுதிக் கொடுத்தான்.

இது சரணடைந்தது ஆகாது. நிபந்தனையின்றி சரணடைவதாக எழுதிக் கொடுக்கும்படி கூட்டுப்படை வற்புறுத்தியது.

பிறகு, நாடற்ற பேரரசர் என்ற பட்டத்தோடு அவனை நாடுகடத்த முடிவு செய்தனர்.

இத்தாலியிருந்து 20 கிலோ மீட்டர் தொலைவில் மத்திய தரைக்கடலில் இருக்கிறது எல்பா தீவு. அங்கு நாடுகடத்தப்பட்டான்

நெப்போலியனின் போலந்து காதலி மேரீ வாலெவ்ஸ்கா

நெப்போலியன்.

7 கோடி மக்கள் தொகை கொண்ட மிகப்பரந்த நிலப்பரப்பை ஆண்ட நெப்போலியன், ஒரு குட்டித்தீவின் மகாராஜாவாக வாழ்க்கையை தொடங்கினான்.

அங்கும் தனக்கென்று சிறிய ராணுவம் மற்றும் கப்பல் படையை உருவாக்கினான். தீவு மக்களைக் கொண்டு சில சுரங்கங்களைத் தோண்டினான். அங்குள்ள விவசாயிகள் தங்கள் நிலத்தை பண்படுத்த உதவிகள் செய்தான்.

இருந்தாலும் உள்ளுக்குள் உளைச்சலோடு வாழ்க்கையைக் கழித்தான்.

ஒருநாள் எல்பா தீவின் கடற்கரையில் இறங்கினாள் அந்தப் பெண்.

கடற்கரையில் இருந்த வீரர்களிடம் தன்னை அறிமுகப்படுத்திக் கொண்டாள். அவள் கையில் வைத்திருந்த சில கடிதங்களை அதிகாரிகள் பார்த்தார்கள்.

"நான் நெப்போலியனை பார்க்க வேண்டும்" என்றாள்.

நெப்போலியனுக்கு தகவல் பறந்தது. சிறிது நேரத்தில், அந்தப் பெண்ணை அதிகாரிகள் மரியாதையுடன் அழைத்துப் போனார்கள்.

அவள் பெயர் மேரீ வலேவ்ஸ்கா.

போலந்து நாட்டைச் சேர்ந்தவள். 1807 ஆம் ஆண்டு ஆஸ்திரியா மற்றும் ரஷ்ய படைகளை, பிரான்ஸ் படை வெற்றி பெற்று போலந்து தலைநகர் வார்ஸாவில் முகாமிட்டிருந்தது.

அப்போதுதான் அவளைப் பார்த்தான் நெப்போலியன். போலந்து தேசபக்தர்களுடன் வந்து நெப்போலியனைப் பார்த்தாள். தனது நாட்டின் முன்னேற்றத்திற்கு குடியரசு முறை சட்டங்கள் அவசியம் என்பதை அவள் ஆதரித்தாள். போலந்தின் வளர்ச்சிக்கு நெப்போலியன் உதவ வேண்டும் என்று கேட்டுக் கொண்டாள்.

அவர்கள் இருவருக்கும் இடையிலான நட்பு ஆழமானது. 1810ல் வாலெவ்ஸ்காவுக்கு அலெக்ஸாண்டர் என்ற ஆண்குழந்தை பிறந்தது. தன்னால் பிரான்ஸ் சிம்மாசனத்திற்கு சட்டபூர்வ வாரிசைப் பெற முடியும் என்பதை அப்போதே அவன் நிரூபித்திருந்தான்.

பாரீஸுக்கே வந்து தங்கியிருந்தாள். மேரி லூயிஸை திருமணம் செய்த பின்னரும் இருவரும் நட்புடன் இருந்தனர்.

மேரியைப் பார்த்ததும் நெப்போலியன் உற்சாகமடைந்தான். அந்த மாபெரும் வீரனின் இப்போதைய நிலை மேரீக்கு வருத்தத்தை ஏற்படுத்தியது.

அவள் அவனைத் தழுவிக் கொண்டாள். பாரீஸின் அரசியல் நிலவரத்தை விவரித்தாள். பேரரசுகளின் அதிகாரப் பசிக்கு மீண்டும் போலந்து இரையாகிவிட்டதை தெரிவித்தாள்.

பதினெட்டாம் லூயிஸை பிரான்ஸ் மன்னராக நியமித்திருப்பதை கூறினாள்.

அவளது அருகாமையில் நெப்போலியன் புதிய சுகத்தை அனுபவித்தான். சில நாட்கள் தங்கியிருந்த அவள், நெப்போலியன் தனக்கு எழுதிய கடிதங்களைக் காட்டினாள். அவற்றை கூச்சத்தோடு படித்து ரசித்தான். அதில் ஒரு கடிதம்...

"மேரீ எனது இனிய மேரீ, எனது முதல் சிந்தனையே உன்னைப் பற்றித்தான். எனது முதல் விருப்பமே உன்னை மீண்டும் காணவேண்டும் என்பதுதான். நீ மீண்டும் வரவேண்டும். வருவாயல்லவா? நீ வருவாய் என வாக்குறுதி அளித்திருக்கிறாய்.

அப்படி வரத்தவறினால், இந்தக் கழுகு உன்னிடம் பறந்து வரும். விருந்தில் உன்னை பார்த்ததாக நண்பர்கள் சொன்னார்கள். இந்த மலர்க் கொத்தை நீ ஏற்றுக் கொள்ள வேண்டும் என்று விரும்புகிறேன். நமக்கு இடையே ரகசிய தொடர்பை ஏற்படுத்த விரும்புகிறேன். எவ்வளவு பெரிய கூட்டமாக இருந்தாலும் நமக்கிடையே புரிதலை ஏற்படுத்திக் கொள்ள இது உதவும்.

'எனது கைகள் என் இதயத்தை அழுத்தினால் நான் வேறு யாரையும் நினைக்கவில்லை... உன்னைப் பற்றி மட்டுமே நினைக்கிறேன் என்பதை புரிந்துகொள்ள வேண்டும். அதுபோல, நீ இந்த பூங்கொத்தை கைகளால் அழுத்தினால் உனது பதிலை தெரிவிப்பதாக நான் புரிந்துகொள்வேன்.'

"என்னை காதலி என் அழகுப் பெண்ணே... உனது மலர்க்கொத்தை இருக்கமாக அழுத்து!"

எல்பா தீவிலிருந்து மேரீ புறப்பட்டு விட்டாள். வேறு எந்தப் பெண்ணும் நெப்போலியனை சந்திக்க வரவில்லை.

(1817ல் மேரீ வாலெவ்ஸ்கா பாரீஸில் இறந்தாள். அப்போது நெப்போலியன் செயின்ட் ஹெலனா தீவுக்கு கடத்தப்பட்டிருந்தான். சாகும்போது அவள் உதடுகள் உதிர்த்த பெயர்... "நெப்போலியன்!")

எல்பா தீவிலிருந்து பிரான்ஸுக்கு வந்த நெப்போலியன் மக்களை வழிநடத்த உறுதி எடுக்கிறான்

இறுதி ஆட்டம்

ஆஸ்திரியாவும் ரஷ்யாவும் அவசரப்பட்டு விட்டன.

திறமையே இல்லாத, மக்கள் செல்வாக்கில்லாத பதினெட்டாம் லூயியை பிரான்ஸ் சிம்மாசனத்தில் அமரச் செய்வதற்கு ஏற்பாடு செய்தன.

நெப்போலியனுக்கு மக்களிடம் இருந்த செல்வாக்கோ, ஈர்ப்போ பதினெட்டாம் லூயிக்கு இல்லை. பிரான்ஸில் அரசியல் சட்டப்படியான மன்னராட்சி நடைபெற்று வந்தது. புரட்சியால் கிடைத்த பலன் அது.

ஆனால், அதை பறிக்கும் முயற்சி நடைபெற்று வந்தது. தங்கள் உரிமைகள் பறிக்கப்படுவதை மக்கள் விரும்பவில்லை. நாட்டின் பொருளாதாரமும் சீர்குலைந்தது. மன்னருக்கு எதிர்ப்பு வலுத்தது.

பத்து மாதங்கள் வரை காத்திருந்தான். நிலைமையை உன்னிப்பாக கவனித்தான்.

எல்பா தீவைச் சுற்றி பிரிட்டிஷ் கப்பற்படை கப்பல்கள் காவலுக்கு நிறுத்தப்பட்டிருந்தன.

பிரான்ஸுக்குப் போவது என்று முடிவெடுத்துவிட்டான் நெப்போலியன்.

தனது நம்பிக்கைக்குரிய சில வீரர்களை மட்டும் உடன் அழைத்துக் கொண்டான். 1815 ஆம் ஆண்டு பிப்ரவரி 26 ஆம் தேதி, பிரிட்டிஷ் ரோந்துக் கப்பல்களை ஏமாற்றிவிட்டு பிரான்ஸை நோக்கி பயணமானான்.

"நெப்போலியன் தப்பிவிட்டான்"

பிரான்ஸ் பத்திரிகைகள் தலைப்புச் செய்திகள் வெளியிட்டன. பிரான்ஸின் பேரரசனாக உலகம் முழுவதும் புகழ்பெற்றிருந்த தலைவனை, கொள்ளைக்காரன் தப்பிவிட்டதைப் போல சித்தரித்தன.

பிரிட்டிஷ் படை தேடியது. அதற்குள் பிரான்ஸ் கடற்கரைக்கு வந்துவிட்டான்.

"பிரான்ஸுக்குள் நுழைந்துவிட்டான்"

"நெப்போலியனை கைது செய்ய அரசு நடவடிக்கை"

இவையும் பத்திரிகைகள் வெளியிட்ட தலைப்புகள்தான்.

ஆனால், மக்கள் மத்தியில் அவன் மீது வெறுப்பை ஏற்படுத்த மேற்கொண்ட முயற்சிகள் பலிக்கவில்லை.

மக்கள் தங்கள் தலைவனை வரவேற்க தயாராகிவிட்டனர். நாடு முழுவதும் நெப்போலியனைப் பற்றியே பேச்சு. வீதிகளில் உற்சாகம்.

நெப்போலியனை கைது செய்யும்படியும் அவனை நாட்டுக்குள் அனுமதிக்கக் கூடாது என்றும் ராணுவத்திற்கு உத்தரவிட்டது அரசு.

நெப்போலியன் ஒரு முடிவுக்கு வந்தவனாய், ராணுவத்தை நோக்கி தனியாளாய் நடந்து முன்னேறினான். அவர்கள் அனைவரும் நெப்போலியனுக்கு கீழ் பணிபுரிந்தவர்கள்தான். வீரர்களை நோக்கி அவன் கத்தினான்...

"வீரர்களே... உங்களுடைய தளபதியை... உங்களுடைய பேரரசரை கொல்வதற்கு, உங்களில் விருப்பப்படும் நபர் முன்னே

உலகின் புகழ்பெற்ற வாட்டர்லூ போர்க்களம்

வாருங்கள். இதோ நான் நிற்கிறேன். சுட்டுக் கொல்லுங்கள்"

வீரர்கள் திகைத்து நின்றனர். பிறகு அவர்கள் உற்சாகமடைந்தனர்.

"பேரரசர் வாழ்க! பேரரசர் வாழ்க!"

வீரர்களின் இந்த முழக்கம் நாடு முழுவதும் எதிரொலிக்கத் தொடங்கின.

"மாட்சிமை தாங்கிய பேரரசர் நெப்போலியன் போனபார்ட் பாரீஸை நோக்கி புறப்பட்டுவிட்டார்"

மக்கள் ஆதரவு பெருகுவதைக் கண்ட பத்திரிகைகள் தங்கள் குரலையும் மாற்றின.

"இன்னும் பத்து நாட்கள்தான். நாம் பாரீஸில் இருப்போம். இந்தக் கழுகு ஒவ்வொரு கோபுர உச்சியாக தாண்டும். நோட்ரெடாம் அரண்மனையைத் தொடும் வரை தாவிப் பறந்துகொண்டே இருக்கும்"

நெப்போலியன் முழங்கினான்.

அவன் பாரீஸை அடைந்தபோது, மன்னர் பதினெட்டாம் லூயி நாட்டை விட்டு ஓடியிருந்தான்.

நெப்போலியன் பிரான்ஸ் வந்தது ஐரோப்பா முழுவதும் குண்டு வெடித்தது போன்ற அதிர்வை ஏற்படுத்தி இருந்தது.

"சங்கிலிகளை அறுத்துக் கொண்டு சாத்தான் வந்துவிட்டது"

எதிரிகள் இப்படி வர்ணித்தனர்.

நெப்போலியன் மீண்டும் பேரரசராகி விட்டான். எதிரிளுக்கு அவன் நடுக்கத்தை ஏற்படுத்தி இருந்தான். அவனுக்கு நம்பிக்கை இழந்திருந்த போதும், எதிரிகள் அவனை நெருங்க அஞ்சினர். தனியே சந்திக்க அவர்கள் தயாராக இல்லை.

நெப்போலியனை தோற்கடித்த பிறகு, ஐரோப்பாவை எப்படி கூறுபோடுவது என்பதில் கூட்டு நாடுகளிடையே கருத்து வேறுபாடு ஏற்பட்டிருந்தது.

ஆனால், நெப்போலியன் திரும்பி வந்ததும், பிரிட்டன், பிரஷ்யா, ஆஸ்திரியா, ரஷ்யா ஆகிய நாடுகள் மீண்டும் இணைந்தன. நெப்போலியனை சட்டவிரோதமானவன் என்று பிரகடனம் செய்தன.

"அவன் எதிரிமட்டுமல்ல, உலக நலனுக்கு இடையூறு செய்பவன்" என்று அவை அறிவித்தன.

ஐரோப்பா முழுவதும் அவனுக்கு எதிராக இருந்தது. இந்தக் கூட்டணியை பிரான்ஸ் படையால் தோற்கடிக்க முடியாது என்பது எல்லோருக்கும் தெரிந்தது. ஆளும் வர்க்கத்தினர், பூர்ஷுவாக்கள்,

நெப்போலியனை ஒழிக்க நான்கு பேரரசுகள் இணைந்து நடத்திய ரத்தக்களறி

அரசு அதிகாரிகள் என யாருக்குமே நம்பிக்கை இல்லை. நிலைமை எப்போதும் ஒரேமாதிரி இருக்காது என்பதை நெப்போலியன் புரிந்துகொண்டான்.

இந்த நம்பிக்கைதான் நெப்போலியனின் பலம். அதுவே பல சமயங்களில் பலவீனமாகவும் இருந்திருக்கிறது.

மே மாத இறுதியில் பிரிட்டனும் பிரஷ்யாவும் இரண்டு ராணுவப் பிரிவுகளை பெல்ஜியத்துக்குள் கொண்டுவந்து

நிறுத்தின. ஆஸ்திரியா மற்றும் ரஷ்ய ராணுவம் வந்துகொண்டிருந்தது.

தான் தாக்குப்பிடிக்க வேண்டுமானால், கடைசி முறையாக உறுதியான ஒரு விளையாட்டை ஆடிப் பார்த்துவிட வேண்டியதுதான் என்று முடிவெடுத்தான்.

ஆஸ்திரியர்களும் ரஷ்யர்களும் வருவதற்குள், பிரிட்டன் ராணுவத்திற்கும் பிரஷ்ய ராணுவத்திற்கும் இடையே புகுந்து அவர்களைத் தோற்கடிக்க வேண்டும்.

நெப்போலியன் காரியத்தில் இறங்கினான். க்ளோவர் மற்றும் ரியே நதிகளுக்கு இடையே ஒரு மைல் நீளம் மூன்று மைல் அகலம்

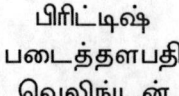

பிரிட்டிஷ் படைத்தளபதி வெலிங்டன்

உள்ள நிலப்பரப்பில் நெப்போலியனுடன் மோதுவதற்காக காத்திருந்தது பிரிட்டிஷ் ராணுவம்.

அந்த ராணுவத்திற்கு தலைமை வகித்திருந்தது, டியூக் ஆஃப் வெலிங்டன். பிரிட்டனின் வெல்ல முடியாத வீரன் என்று பெயரெடுத்திருந்தான்.

உயரமானவன். நல்ல நிர்வாகி. அடாவடியானவன். உருக்கு நரம்புகளால் ஆனவன். தனது ராணுவத்திற்கு எது தேவை. அதை எப்படி இயக்க வேண்டும். தடுப்பு அரண் அமைப்பதில் அவன் மாபெரும் கில்லாடி.

அவன் தலைமையில் 68 ஆயிரம் வீரர்கள்தான் இருந்தார்கள். ஆனால், பிரஷ்யாவின் 72 ஆயிரம் வீரர்களையும் கணக்கிட்டு வெலிங்டன் காத்திருந்தான்.

பிரஷ்யாவின் ராணுவத்திற்கு புலீச்சர் தலைமை வகித்தார். வயதானவர்தான். பிரஷ்ய வீரர்கள் அவரை தங்கள் முன்மாதிரியாக கொண்டிருந்தனர். போர்புரிவதில் ஆர்வமாக இருந்தவர்.

நெப்போலியனை கைது செய்ய வேண்டும். அவனை சுட்டுக் கொல்ல வேண்டும் என்பதுதான் அவரது விருப்பம்.

ஆனால், ஜூன் 16 ஆம் தேதி லிக்னி என்ற கிராமத்தின் அருகே அவரது ராணுவத்தை இடைமறித்து தாக்கினான் நெப்போலியன்.

பிரஷ்ய படைத்தளபதி
புலீச்சர்

புலூச்சர் தனது படையை திரும்பப் பெற்றார். வெலிங்டன் எதிர்த்து நிற்பானா என்பதை அவர் நம்பவில்லை. நெப்போலியனின் பாதையில் திரும்பவும் தனது வீரர்களை அனுப்ப அவர் தயங்கினார்.

நடந்தது தெரியாமல், புலீச்சரும் அவரது வீரர்களும் பக்கத்தில் நின்றால் நெப்போலியனின் ராணுவத்தை பாதியாக குறைத்துவிடலாம் என்று கணக்கிட்டபடி பொறுமையிழந்து காத்திருந்தான் வெலிங்டன்.

"கடவுளின் அன்புக்காக நீங்கள் விரைவாக வரவேண்டும். நாம் நமது கடைசி தருணத்திற்காக கடைசி மனிதனுடன் போராடப் போகிறோம்"

வெலிங்டன் மனதுக்குள் வேண்டிக் கொண்டிருந்தான். ஆனால், போர்க்களத்திலிருந்து பல மைல் தூரத்தில் இருந்தார் புலீச்சர்.

அவர் ஒருவேளை போர்க்களத்திற்கு புறப்பட்டால் அவரை தடுத்து நிறுத்த கணிசமான படையினரை அனுப்பியிருந்தான் நெப்போலியன்.

போர் தொடங்குவதற்கு முந்தைய இரவு இருதரப்பு வீரர்களும் நன்றாக உறங்கினர். திடீரென கனமழை பெய்தது.

அடுத்தநாள் காலை ஜூன் மாதம் 18 ஆம் தேதி ஞாயிற்றுக்கிழமை. வீரர்கள் அனைவரும் நன்றாக

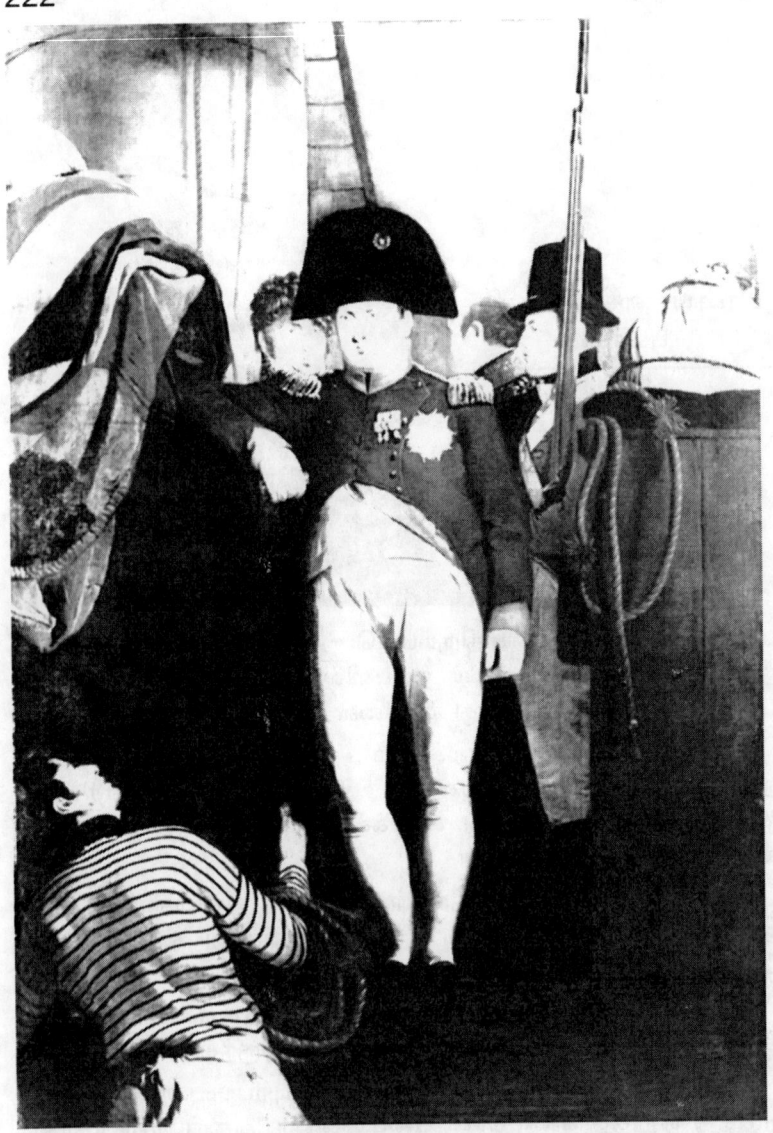

பிரிட்டனின் அடைக்கலம் பெற்ற ஹெலனா தீவுக்கு புறப்பாடு

நனைந்துவிட்டனர். போர்க்களமும் சகதியாகிவிட்டது.

வெலிங்டன் தனது ராணுவத்தை வலுவாக அணிவகுக்கும்படி செய்திருந்தான். நெப்போலியனின் தாக்குதல் தந்திரத்தை அவன் நன்றாக அறிந்திருந்தான். சூரியன் உச்சிக்கு

ஹெலனா தீவில் பொழுதுபோக்காய் தோட்ட வேலை

வந்துகொண்டிருந்தான். வெலிங்டனும் அவனது வீரர்களும் வேர்த்து கிறங்கிவிட்டனர்.

ஆனால், வாட்டர்லூ போர்க்களம் இன்னும் அமைதியாகவே இருந்தது. ஐந்து மணிநேரம் கடந்துவிட்டது. இன்னும் தாக்கும்படி உத்தரவு தரவில்லை நெப்போலியன். தரைகாயட்டும் என்று காத்திருப்பதாக கூறினான்.

11 மணிக்கு யுத்தம் தொடங்கியது.

கடுமையான யுத்தம். வாட்டர்லூ ரத்தத்தால் நனைந்தது. மழை காரணமாக சகதியாகி இருந்த போர்க்களம் இப்போது கருஞ்சிவப்பு நிறமாக மாறியது.

பீரங்கிகள் வெடித்தன. பிரெஞ்சு தரப்பில் நெப்போலியனுடன் அவனது தம்பி ஜெரோம், தளபதி நேய் உள்ளிட்டோர் தீரத்துடன் போரிட்டனர். வெலிங்டன் திணறினான். பிரிட்டிஷ் படை தோல்வியின் விளிம்பில் இருந்தபோது, பிரஷ்ய படை புலீச்சர் தலைமையில் வாட்டர்லூ போர்க்களத்திற்கு வந்து சேர்ந்துவிட்டது.

அதன்பிறகும் போர் உக்கிரமாக நடந்தது. பிரெஞ்சு தரப்பில் 72

நினைவுக்குறிப்புகளை உதவியாளரிடம் சொல்கிறார்

ஆயிரம் பேர் மட்டுமே இருந்தனர். மாலை 6 மணி நெருங்கும்போது தோல்வி நிச்சயமாகி விட்டது.

நெப்போலியன் பாரீஸ் திரும்பினான்.

கூட்டுப்படைகள் மீண்டும் பாரீஸை நோக்கி புறப்பட்டன. முடிந்த அளவுக்கு அவற்றை தடுக்க பிரெஞ்சுப் படைகள் போரிட்டன.

செயின் ஹெலனாவில் நெப்போலியனின் வீடு

ஜூலை மாதம் தனது ஆலோசகர்களுடன் கலந்து பேசிய நெப்போலியன், வட அமெரிக்காவுக்கு தப்பிச் செல்வது என முடிவாயிற்று. ஆனால், அது இயலாத காரியம் என்று தெரியவந்தது.

அதைத்தொடர்ந்து, அவன் முன் இரண்டு வழிகள்தான் இருந்தன. மக்கள் அவனுடைய வார்த்தைக்கு மதிப்பளிக்கத் தயாராக இருந்தனர்.

பிரான்ஸின் பெரும்பகுதியை கூட்டுப்படைகள் ஆக்கிரமித்து இருந்தன. அவற்றுடன் மோதும்படி மக்களுக்கு அறைகூவல் விடுத்தால் உள்நாட்டு போர் மூண்டுவிடும். ஆனால், நாடு ரணகளமாகிவிடும்.

இப்போதைக்கு அமைதிதான் பிரான்சுக்கு முக்கியம்.

இதையடுத்து, நெப்போலியன் சரணடைய முடிவு செய்தான். பிரிட்டிஷ் அரசுக்கு கடிதம் அனுப்பினான்.

"எனது நாட்டுக்குள் கோஷ்டிகள் உருவாகிவிட்டன. எதிரிகள் நாட்டுக்குள் நுழைந்துவிட்டனர். எனவே, அரசியலில் இருந்து விலக முடிவு செய்திருக்கிறேன். பிரிட்டிஷ் சட்டப்படி தஞ்சம்

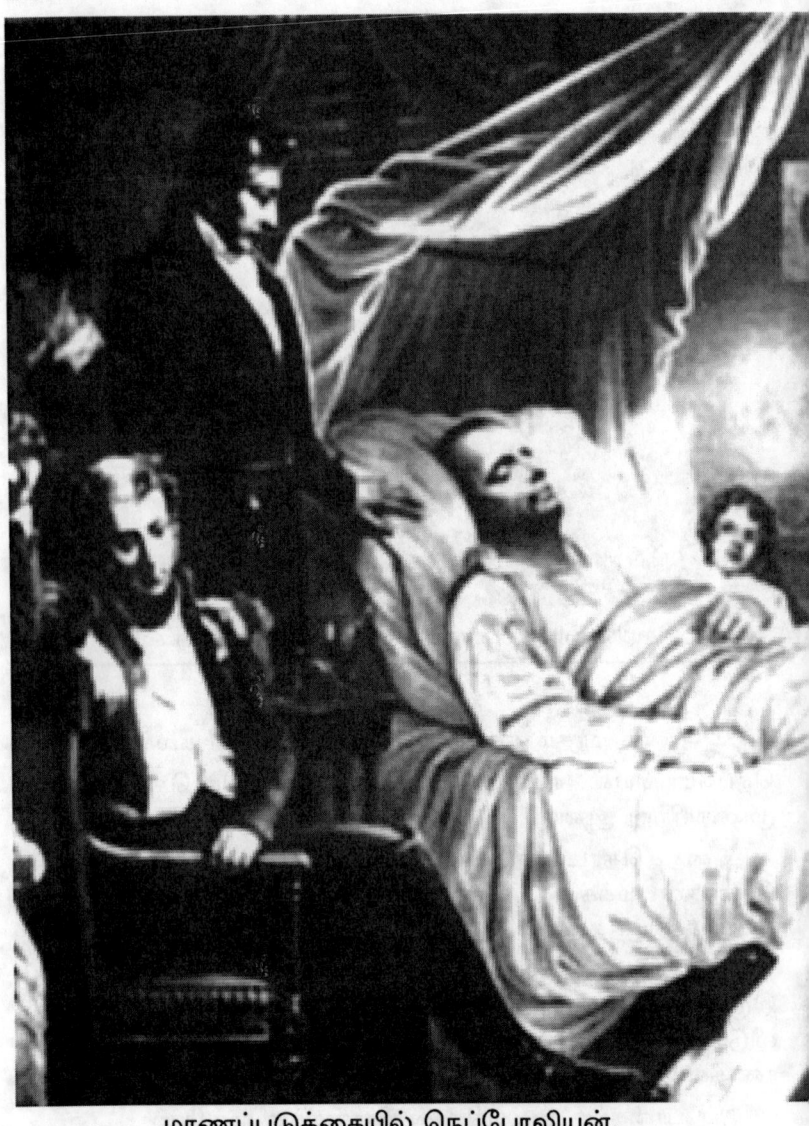

மரணப்படுக்கையில் நெப்போலியன்.
சோகத்தில் ஆழ்ந்துள்ள உறவினர்கள்

அளிக்க வேண்டுகிறேன்"

அவனுடைய கடிதம் பரிசீலிக்கப்பட்டது. ஜூலை மாதம் 15 ஆம் தேதி பெல்லரோபோன் என்ற பிரிட்டிஷ் கப்பலில் ஏற்றப்பட்டான்.

ஒரு வாரத்தில் பிளைமவுத்தில் இருந்தான்.

நெப்போலியன் பிரான்சின் முன்னாள் பேரரசர் என்ற முறையிலோ அல்லது அந்த நாட்டின் தலைமைத் தளபதி என்ற முறையிலோ நடத்தப்படவில்லை.

கப்பலில் ஏராளமான வீரர்கள் அவனைச் சுற்றிலும்

நிறுத்தப்பட்டனர். இது நெப்போலியனுக்கு ஆத்திரத்தை வரவழைத்தது.

"பிரிட்டனின் பாதுகாப்பை நம்பித்தான் என்னை நான் ஒப்படைத்தேன். என்னை போர்க்கைதியைப் போல நடத்துவீர்கள் என்று தெரிந்திருந்தால் பிரான்சிலேயே மக்களுடன் தங்கியிருப்பேன். அவர்கள் என்னை பாதுகாப்பாக வைத்திருந்திருப்பார்கள்"

நெப்போலியன் வெடித்தான்.

இதையடுத்து, நெப்போலியனுக்கு எம்மாதிரியான சலுகைகள் அளிக்கலாம் என்று பிரிட்டனில் அவசர ஆலோசனை நடைபெற்றது. அங்கு மட்டுமல்ல, உலகின் பல்வேறு நாடுகளும் கருத்துத் தெரிவித்தன.

பிரிட்டிஷ் மக்கள் அவனை ஹீரோவாக கருதினர். நீண்ட போராட்டத்திற்கு பிறகுதான் அவனை தோற்கடித்திருக்கிறீர்கள். அவனை நீங்கள் பிடிக்கவில்லை. அவனாக சரணடைந்திருக்கிறான். பிரிட்டனை நம்புவதாகக் கூறி தன்னை ஒப்படைத்திருக்கிறான். அவனை உரிய மரியாதையுடன் நடத்த வேண்டும் என்று பரவலான கருத்து உருவானது.

சார்லஸ் லேம்ப் இன்னும் ஒரு படி மேலேயே சென்றுவிட்டார்.

"நெப்போலியன் நல்லவன் என்று எனது சிகையலங்காரக் கலைஞர் கூறுகிறார். லண்டனைச் சுற்றிலும் 40 கிலோ மீட்டருக்குள் கூட அவனுக்கு தஞ்சம் அளிக்கலாம்" என்றார் அவர்.

ஆனால், நெப்போலியனை அவ்வளவு அருகில் வைத்திருக்க பிரிட்டிஷ் அரசு அஞ்சியது.

முடிவாக, 2 ஆயிரத்து 500 கிலோமீட்டர் தொலைவில் அட்லாண்டிக் பெருங்கடலில் பிரிட்டனுக்குச் சொந்தமான செயின்ட் ஹெலனா தீவுக்கு அனுப்பி வைக்கப்பட்டான். அவனுடன் டாக்டர் ஒருவரும் வேறு மூன்று பேரும் தங்கிக்கொள்ள அனுமதிக்கப்பட்டது.

நெப்போலியனின் நினைவிடம்

செய்ன்ட் ஹெலனா தீவு.

1815 ஆம் ஆண்டு அக்டோபர் மாதம் தரையிறங்கினான் நெப்போலியன்.

வசதிகள் குறைவான தீவு அது. அங்குள்ள லாங்வுட் இல்லத்தில் தங்கினான். வில்லியம் பார்கோம்பே என்பவருக்குச் சொந்தமான எஸ்டேட்டின் ஒருபகுதியில் அவனுடைய வீடு அமைந்திருந்தது.

அந்தக் குடும்பத்துடன் நட்பாக இருந்தான் நெப்போலியன். பார்கோம்பேவின் இளையமகள் நெப்போலியனை நன்றாக கவனித்துக் கொண்டார். நெப்போலியனின்

நினைவுகளை அவர் தொகுத்தார்.

நெப்போலியனுக்கும் பிரான்ஸ் அரசுக்கும் இடையே மத்தியஸ்தம் செய்ய பார்கோம்பே முயற்சி செய்வதாக குற்றம் சாட்டப்பட்டது. அதைத் தொடர்ந்து, அந்தக் குடும்பத்துடன் உறவு முடிந்துவிட்டது.

பின்னர், தன்னைப் பின்பற்றும் சிறு குழுவினரிடம் தனது நினைவுகளைப் பகிர்ந்து கொண்டான். தனது எதிரிகளை கடுமையாக விமர்சனம் செய்தான்.

நெப்போலியனின் ராணுவத்தில் பணிபுரிந்தவர்கள் சுமார் 400 பேர்வரை பிரேஸிலிலும் டெக்ஸாஸிலும் தங்கியிருந்தனர்.

அவர்கள், செய்ன்ட் ஹெலனா தீவுக்குள் புகுந்து நெப்போலியனை அமெரிக்காவுக்குக் கடத்திச் செல்ல இருமுறை முயற்சி மேற்கொண்டனர். அமெரிக்கக் கண்டத்தில் நெப்போலியனின் யுத்தத்தைத் தொடர அவர்கள் திட்டமிட்டனர்.

ஹெலனா தீவுக்கு நெப்போலியனின் நலம்விரும்பிகளும், எழுத்தாளர்களும், பத்திரிகையாளர்களும் அடிக்கடி வந்து போயினர். இதை பிரான்ஸ் அரசு எதிர்த்தது. உடனே பார்வையாளர்கள் தடை செய்யப்பட்டனர்.

இதற்கும் பிரிட்டனில் கடும் எதிர்ப்பு உருவானது. நெப்போலியனை கொஞ்சம் கொஞ்சமாக கொல்ல திட்டமிட்டிருப்பதாக குற்றம் சாட்டினார்கள்.

ஒருமுறை, ‘டைம்ஸ்’ இதழ் நெப்போலியன் ஹெலனா தீவிலிருந்து தப்பிவிட்டதாக செய்தி வெளியிட்டது. இது பிரிட்டனிலும் உலகம் முழுவதும் பரபரப்பை ஏற்படுத்தியது.

தொலைதூர தீவிலிருந்தாலும் நெப்போலியன் உலக மக்களின் ஹீரோவாகவே திகழ்ந்தான்.

1821 ஆம் ஆண்டு அவன் கடுமையான வயிற்றுவலியால் பாதிக்கப்பட்டான். அந்த ஆண்டு மே மாதம் 5 ஆம் தேதி மரணமடைந்தான்.

அவனது மரணமும் சர்ச்சையை ஏற்படுத்தியது. விஷம் வைத்துக் கொன்றுவிட்டதாக குற்றச்சாட்டு எழுந்தது. சிறுகச் சிறுகக் கொல்லும் விஷம் தரப்பட்டதாக கூறினார்கள்.

ஆனால், வயிற்றுப் புற்றுநோயால் அவன் இறந்ததாக அறிவியல் ஆய்வுகள் உறுதிப்படுத்துகின்றன.

உலக சரித்திர நாயகர்களில் குடியரசு சார்ந்த பேரரசை

உருவாக்கிய முதல்வன். ஐரோப்பாவில் பரவிக்கிடந்த குட்டிக் குட்டி முடியரசுகளை முடிவுக்கு கொண்டுவந்தவன் என்பதையெல்லாம் தாண்டி, நெப்போலியனை எல்லோரும் விரும்புவதற்கு, "ஸ்பெஷல்" காரணம் என்ன தெரியுமா?

அவன் ஒரு ரொமாண்டிக் ஹீரோ!

நூலாசிரியர் **ஆதனூர் சோழனின்** பிற நூல்கள்

1. ஏய்... அமெரிக்கா!

அமெரிக்காவுக்கு சவால் விடும் லத்தீன் அமெரிக்க நாடுகளின் போராட்ட வரலாறு

2. ஹிட்லர்

கலையும் காதலும் கலந்த் மனிதன் பழி உணர்வால் மனிதகுலத்தின் விஷமான கதை

3. அணையா பெரு நெருப்பு

ஜனனம் முதல் மரணம் வரை சே குவேராவுடன் பயணம் செய்யும் பரவச அனுபவம்

4. பிடல் காஸ்ட்ரோ

50 ஆண்டுகளுக்கு மேல் அமெரிக்க வல்லரசை ஆட்டிப்படைத்த மாபெரும் தலைவனின் வாழ்க்கை

5. கிழக்கின் மகள்

மரணத்தின் மடியில் விழுந்த நம்பிக்கை மலர் பெனாசிரின் வாழ்க்கைக் கதை

6. ஹாலிவுட்டை கலக்கியவர்கள்

ஆஸ்கர் விருதுகளை அள்ளிக் குவித்த ஹாலிவுட் நடிகைகளின் சுவாரஸ்யமான வாழ்க்கைச் சுருக்கம்

7. 2060ல் பூமி எப்படி இருக்கும்?

அறிவியல்-மனவள கட்டுரைகள்

8. கோள்கள் எட்டு

நமது சூரியனைச் சுற்றும் கோள்களைப் பற்றிய சுவாரஸ்யமான தொகுப்பு